യമദൂത്

yamadooth
drama

•

m n vinayakumar

•

first edition
april 2018

•

typesetting & published
chintha publishers, thiruvananthapuram

•

cover
coverstory

വിതരണം

ദേശാഭിമാനി ബുക്ക് ഹൗസ്
H O തിരുവനന്തപുരം-695 035
Ph: 0471-2303026, 6063020
www.chinthapublishers.com
chinthapublishers@gmail.com

ബ്രാഞ്ചുകൾ

ഹെഡ്ഓഫീസ് ബ്രാഞ്ച് കുന്നുകുഴി • സ്റ്റാച്യു തിരുവനന്തപുരം • കെ എസ് ആർ ടി സി ബസ് സ്റ്റേഷൻ ആലപ്പുഴ • കെ എസ് ആർ ടി സി ബസ് സ്റ്റേഷൻ എറണാകുളം • മച്ചിങ്ങൽ ലെയ്ൻ തൃശൂർ • ഐ ജി റോഡ് കോഴിക്കോട് • മാവൂർ റോഡ് കോഴിക്കോട് • എൻ ജി ഒ യൂണിയൻ ബിൽഡിങ് കണ്ണൂർ • സെൻട്രൽ ബസ് ടെർമിനൽ കോംപ്ലക്സ് താവക്കര കണ്ണൂർ

CO - 2845 / 4587
ISBN - 978-93-87842-16-8

യമദൂത്

നാടകം

എം എൻ വിനയകുമാർ

ചിന്ത പബ്ലിഷേഴ്സ്
തിരുവനന്തപുരം-695 035

എം എൻ വിനയകുമാർ

ജനനം 1959 ൽ തൃശൂർ ജില്ലയിലെ അരിമ്പൂരിൽ. ഒല്ലൂർ ഗവൺമെന്റ് ഹൈസ്കൂൾ, ചാലക്കുടി ഐ ടി ഐ, എൽത്തുരുത്ത് സെന്റ് അലോഷ്യസ് കോളേജ്, തൃശൂർ കേരളവർമ്മ കോളേജ്, ഇൻസ്റ്റിറ്റ്യൂട്ട് ഓഫ് കറസ്പോണ്ടൻസ് കോഴ്സ്, കേരള സർവ്വകലാശാല എന്നിവിടങ്ങളിൽ പഠനം. എം എ ബിരുദം നേടി. കേരളകലാമണ്ഡലം കല്പിത സർവ്വകലാശാലയിൽ 'മുഖമെഴുത്തിന്റെ സൗന്ദര്യശാസ്ത്രം - കഥകളിയിൽ' എന്ന വിഷയത്തിൽ ഗവേഷണം പൂർത്തിയാക്കി.

1999 ൽ *കുടമണിപ്പൂക്കൾ* (മകൻ അഭിമന്യുവിന്റെ കഥ ആസ്പദമാക്കി) 2011 ൽ *ചങ്ങാതിക്കൂട്ടം* എന്നീ ബാലചലച്ചിത്രങ്ങൾ തിരക്കഥയെഴുതി സംവിധാനം ചെയ്തു. ഇവ രണ്ടും അന്താരാഷ്ട്ര ചലച്ചിത്രോത്സവങ്ങളിൽ തെരഞ്ഞെടുക്കപ്പെട്ടിട്ടുണ്ട്. *ചങ്ങാതിക്കൂട്ട*ത്തിന് സംസ്ഥാന അവാർഡ് ലഭിക്കുകയുണ്ടായി.

കേരള സംഗീതനാടക അക്കാദമി അംഗം, ഗുരുഗോപിനാഥ് നടനഗ്രാമം കൗൺസിൽ അംഗം, തൃശൂർ ജവഹർ ബാലഭവൻ ഭരണസമിതി അംഗം എന്നീ നിലകളിൽ പ്രവർത്തിച്ചിട്ടുണ്ട്. പുരോഗമന കലാസാഹിത്യ സംഘം സംസ്ഥാനസമിതി അംഗമാണ് ഇപ്പോൾ. കൂടാതെ തൃശൂർ കഥകളി ക്ലബ്ബ്, തൃശൂർ ജനഭേരി എന്നിവയുടെ ഭരണസമിതി അംഗം. ഔദ്യോഗിക പദവി തൃശൂർജില്ലാ ഭാഗ്യക്കുറി ഓഫീസർ.

കൃതികൾ: *വീടിനെ ഇരുട്ടുവിഴുങ്ങുന്നു* (കഥകൾ), *ജാലോദുർഗ്* (കഥകൾ), *മറിമാൻകണ്ണി* (നാടകം), *സ്വർഗ്ഗത്തിലെ കട്ടുറുമ്പ്* (ബാലസാഹിത്യം), *യുവജനോത്സവകഥകൾ.*

ഭാര്യ : എ എം സുമതി (ബി എസ് എൻ എൽ ഉദ്യോഗസ്ഥ)
മകൻ : അഭിമന്യു (ഹൈദരാബാദ് സർവ്വകലാശാലയിൽ യു ജി സി സ്കോളറായി തിയേറ്റർ പഠനത്തിൽ ഗവേഷണം)
മരുമകൾ : കലാചിത്ര (നർത്തകി, കലാമണ്ഡലം സർവ്വകലാശാല (കല്പിത) യിൽ ഗവേഷക)
വിലാസം : 'അഭിമന്യു', പുതൂർക്കര,
അയ്യന്തോൾ പി ഒ, തൃശൂർ 680 003
ഫോൺ : 9447995636

ഉള്ളടക്കം

പ്രസാധകക്കുറിപ്പ്

"**ക**റുത്തവനായ ഒഥല്ലോയെ കണ്ടിരിക്കുക എന്നതുതന്നെ വേദനാജനകമാണ്. അഞ്ചു നൂറ്റാണ്ടായി ഒഥല്ലോ എന്ന കറുത്ത മനുഷ്യന്റെ ദുരന്തകഥ ഇത്രയേറെ രംഗവേദികളിൽ അരങ്ങേറിയിട്ടും കറുത്തവനോടുള്ള മനോഭാവത്തിൽ കാര്യമായ മാറ്റമൊന്നും വെളുത്തവർക്ക് ഉണ്ടായിട്ടില്ല."

- ബെൻ ഒക്രി

ഷേക്സ്പിയറുടെ നാടകം ലോകത്ത് എവിടെയെങ്കിലും എന്നും അരങ്ങേറുന്നുണ്ടാവും, തനതുരൂപത്തിലും പുത്തൻ വ്യാഖ്യാനങ്ങളുടെ രൂപത്തിലും. അത്രയേറെ ആകർഷിക്കാൻ എന്താണീ നാടകത്തിൽ ഉള്ളത്. ഒഥല്ലോ നാം തന്നെയാണ്. അല്ലെങ്കിൽ ഓരോ ഒഥല്ലോയെയും ചുമന്നാണ് നമ്മുടെ നടത്തം. മലയാളത്തിലെ ശ്രദ്ധേയമായ നാടകകൃത്തായ എം എൻ വിനയകുമാർ സർറിയലിസത്തിന്റെ സാദ്ധ്യതകൾ *യമദൂതിൽ* പരിശോധിക്കുന്നു. മരണത്തിന്റെ തണുപ്പും നിശ്ശബ്ദയുടെ വിഹ്വലതയും ആദ്യാവസാനം അനുഭവിപ്പിക്കുന്ന നാടകമാണ് *യമദൂത്*. ഷേക്സ്പിയറിന്റെ നാടകത്തിൽനിന്നും ഒഥല്ലോ, ഇയാഗോ, ഡെസ്ഡിമോണ തുടങ്ങിയവരുടെ മരണശേഷമുള്ള കുറച്ചു സമയമെടുത്ത് പ്രേക്ഷകർക്കു നല്കുകയാണ് *യമദൂതിൽ*. ശ്രദ്ധേയമായ ആ നാടകത്തിന്റെ പഠനത്തോടൊപ്പമുള്ള ഗ്രന്ഥം പ്രസിദ്ധീകരിക്കാനായതിൽ ഞങ്ങൾക്ക് സന്തോഷമുണ്ട്.

ചിന്ത പബ്ലിഷേഴ്സ്

ആമുഖം

മനസ്സിന്റെ ഉള്ളറകളിൽനിന്ന് വേരോടെ പിഴുതെടുക്കുന്ന അക്ഷര ങ്ങളാൽ നിർമ്മിതമാണ് *യമദൂത്.* അതുകൊണ്ടുതന്നെ പലവട്ടം ഞാൻ ഇതുവേണ്ടെന്ന് എന്നോടു പറഞ്ഞു കഴിഞ്ഞു. കൃതിക്കകത്തുള്ള വാക്കു കളേക്കാൾ അഭിമുഖം നിന്ന് പിച്ചും പേയും പറയുന്നത് ആമുഖക്കുറി പ്പിലെ അക്ഷരങ്ങളായിരിക്കും. എന്റെ ആദ്യ കഥാസമാഹാരമായ *വീടിനെ ഇരുട്ടുവിഴുങ്ങുന്നു* എന്ന പുസ്തകത്തിന് ആമുഖമോ മുഖവുരയോ അവ താരികയോ ഒന്നുമില്ല. അതിലുള്ളത് കഥകൾ മാത്രം. പക്ഷേ, *യമദൂത്* എന്ന ഈ നാടകത്തിൽ പിടികൊടുക്കാൻ മനസ്സില്ലാതെ പലതും കിട പ്പുണ്ട്. അവതാരിക തരണമെങ്കിൽ അതിനുമുമ്പേ ഞാൻ ഇങ്ങനെയൊന്ന് എഴുതണമെന്ന് ടി എം എബ്രഹാം സൗമ്യമായി എന്നെ അറിയിച്ചിരി ക്കുന്നു. മുമ്പ് ഈ കൃതിക്ക് അവതാരിക എഴുതിത്തരാമെന്ന് വാക്കുപറ ഞ്ഞത് ഡോ. വയലാ വാസുദേവൻ പിള്ളയാണ്. ആസ്പത്രിയിൽ നിന്നു തിരിച്ചെത്തിയാൽ ഉടനെ എഴുതിത്തരാമെന്ന് പറഞ്ഞയച്ചതായി ഇ ടി വർഗ്ഗീസ് എന്നെ അറിയിച്ചിരുന്നു. ഡോ. വയലാ വാസുദേവൻ പിള്ളയ്ക്ക് പ്രണാമം. അക്ഷരങ്ങളില്ലാത്ത അദ്ദേഹത്തിന്റെ അവതാരിക ഞാൻ മന സ്സിൽ സൂക്ഷിക്കുന്നു. അദ്ദേഹത്തിന്റെ ഒന്നാം ചരമവാർഷികത്തിന് തിരു വോണദിവസം സാഹിത്യഅക്കാദമിയിൽ നാടകപ്രവർത്തകർ ഒത്തു ചേർന്നതിന്റെ ഓർമ്മ ഞാൻ ഈ ആമുഖത്തിൽ ഒട്ടിച്ചിടുകയും ചെയ്യുന്നു.

*യമദൂതി*ൽ ഇയാഗോ ഒഥല്ലോയുടെ മനസ്സുമാറ്റിയെടുക്കുന്ന രംഗം നാടകം കണ്ടവരുടെയെല്ലാം ഓർമ്മയിലുണ്ടാവും. ആ വിധത്തിൽ അഭി മന്യു എന്നെക്കൊണ്ട് ഈ നാടകം എഴുതിക്കുകയാണുണ്ടായത്. പ്രചോ ദിപ്പിച്ചും പ്രേരിപ്പിച്ചും വരച്ചവരയിൽ നിർത്തിയും എന്നിൽനിന്ന് വാക്കു കൾ പുറത്തുചാടിച്ചുവെന്നു പറഞ്ഞാൽ എന്തോ അപകടം മണക്കാനി

ടയുണ്ട്. പക്ഷേ, പെട്ടെന്നുണ്ടായ ഒരു പ്രക്രിയയാണെങ്കിലേ അപകടം ഉള്ളൂ. ഏകദേശം ഇരുപതു പേജിൽ ഒതുങ്ങുന്ന നാടകം ഒരു കൊല്ലം കൊണ്ടാണ് പൂർത്തീകരിച്ചത്. ഇരുന്നൂറോ അതിൽക്കൂടുതലോ പേജു കൾ എഴുതി ഉപേക്ഷിക്കപ്പെടുകയും ചെയ്തു. ഒഥല്ലോ, ഇയാഗോ, ഡെസ്ഡിമോണ തുടങ്ങിയവരുടെ മരണശേഷമുള്ള കുറച്ച് നേരം തെര ഞ്ഞെടുത്ത് പ്രേക്ഷകർക്ക് നല്കുക എന്ന പ്രക്രിയയാണ് ഈ നാടക ത്തിൽ സ്വീകരിച്ചിട്ടുള്ളത്. സ്വഭാവം ഒരു കുറ്റമാണോ എന്ന ചോദ്യം മനസ്സിൽ സ്വയം കറങ്ങിക്കൊണ്ടിരുന്നു. വികാരങ്ങൾക്ക് ഉത്തമം, അധമം എന്നിങ്ങനെയും അതിനകത്ത് വേറെയും വിഭജനങ്ങൾ നടത്തുന്നതിൽ യുക്തിഹീനതയുണ്ടെന്ന തോന്നലുണ്ടായി. സാധാരണ നോട്ടത്തിൽ ചീത്തവികാരവും നല്ല വികാരവും നിലനില്ക്കുന്നുണ്ടാവാം. എന്നാൽ സവിശേഷമായ ചില സന്ദർഭങ്ങളിലും വ്യക്തികളിലും ഈ വിഭജനസമ്പ്ര ദായം വിലപ്പോവില്ലെന്നുറപ്പാണ്.

കുട്ടികൾ വാശിപിടിച്ചു കരയുകയും രക്ഷിതാവിന്റെമേൽ അള്ളിപ്പി ടിച്ചുകയറുകയും നുള്ളുകയും മാന്തുകയുമെല്ലാം ചെയ്യുന്നത് അനുഭ വിക്കാത്തവർ കുറവായിരിക്കും. ശരി-തെറ്റുകളുടെ അടിസ്ഥാനത്തിൽ ഇത്തരം പ്രവൃത്തികളെ ആരും പരിശോധിക്കുമെന്നു തോന്നുന്നില്ല. ചില സവിശേഷ സന്ദർഭങ്ങളിൽ മുതിർന്നവരേയും ഇതേ പ്രകൃതം കീഴ്പ്പെ ടുത്തിയെന്നുവരും. യമദൂതിലെ കഥാപാത്രങ്ങളെ ഇങ്ങനെയൊരു കണ്ണു കൊണ്ട് കാണണമെന്നാണ് എന്റെ അഭിപ്രായം. ഞാൻ അവരെ അങ്ങ നെയാണ് കണ്ടിട്ടുള്ളത്.

കഥാപാത്രങ്ങളെ കുട്ടികളെയെന്നപോലെ കാണണമെന്നു പറ ഞ്ഞാൽ അവിവേകമാവുമോ? കുറച്ചുനേരത്തേക്കാകയാൽ അതു ചെറിയ കാര്യമാണെന്നു ഞാൻ വിചാരിക്കുന്നു. അയൽപക്കത്തുള്ള ഒരാളെ അങ്ങനെ കാണാൻ കഴിഞ്ഞാൽ, സമൂഹത്തെയാകെ അങ്ങനെ കാണാൻ കഴിഞ്ഞാൽ ലോകം മാറിമറിയും. അങ്ങനെയൊരു അതിമോഹം *യമ ദൂതി*ന്റെ രചനയ്ക്കു പിറകിൽ ഒളിഞ്ഞുനില്പുണ്ട്. മറ്റുള്ളവരുടെ വിചാര ങ്ങൾക്കും വികാരങ്ങൾക്കും മോഹങ്ങൾക്കും സ്വപ്നങ്ങൾക്കും തടസ്സ മാവാതിരിക്കാൻ നമുക്കു കഴിയേണ്ടതാണ്. ഞാനാണ് കേന്ദ്രബിന്ദു എന്ന താല്പര്യത്തെ അട്ടിമറിക്കുന്നതിനാണ് നമുക്കുമേൽ മൂന്നു പക്ഷികളുടെ നിയന്ത്രണം കൊണ്ടുവന്നത്. പക്ഷേ, ആ പക്ഷികൾക്കും സമ്പൂർണ്ണ നിയന്ത്രണത്തിനധികാരമില്ലെന്ന് അവർ തന്നെ പറയുന്നുണ്ട്. പകരം വെക്കാൻ ദൈവം, എന്നല്ല വിവക്ഷയെന്ന് ഞാൻ ഉറപ്പിച്ചുപറയുന്നു. പക്ഷികളും പാട്ടും പ്രകൃതിയുമെല്ലാം പരസ്പരം നിയന്ത്രിക്കുന്നിടത്ത് അർഹിക്കുന്നതിലും കൂടുതൽ പങ്ക് മനുഷ്യൻ ആവശ്യപ്പെടരുത് എന്നേ യുള്ളൂ. ഓരോരുത്തരും ദൈവമാവുകയും ഓരോരുത്തരും പിശാചാവു കയും ചെയ്യുന്നതുതന്നെയാണ് പ്രശ്നം. അങ്ങനെയൊരു സാദ്ധ്യതയെ മറികടക്കാൻ കഴിയണം. സ്വന്തം മനസ്സിൽ കടന്നുകൂടിയ ജാരനെ പുറമേ അന്വേഷിച്ചുകൊണ്ടിരിക്കുന്ന ഒരാളുടെ ജീവിതം മരണത്തേക്കാൾ ഭയാ

നകമായിരിക്കും. വരച്ചുകൊണ്ടേയിരിക്കുന്നതിനിടയിൽ എവിടെയെങ്കി ലുമൊരിടത്ത് വര മുറിഞ്ഞാൽ അസൂയയും കുശുമ്പും പിശാചും നരക വുമെല്ലാം ആ വിടവിലൂടെ അകത്തുകടക്കും. അതിക്രമങ്ങൾ നടക്കു ന്നിടത്തെല്ലാം ഇങ്ങനെ വര മുറിയുകതന്നെയാണ് ചെയ്യുന്നത്. പുതു ലോകത്തിനും പ്രാചീനകാലത്തിനും ഇത് ബാധകമാണെന്ന് ഞാൻ വിചാ രിക്കുന്നു.

പുതുതലമുറനാടകം, പുതിയ രംഗഭാഷ എന്നിങ്ങനെ ചിലതു സൃഷ്ടി ക്കാൻ കഴിയുന്നവിധം അന്തരീക്ഷം കേരളത്തിൽ രൂപപ്പെട്ടുവരുന്നുണ്ട്. വലിയ വിലകൊടുത്ത് യുവസംവിധായകർ ഇത്തരം ചില ഉറച്ച താല്പ ര്യങ്ങൾക്കു പിറകേ സഞ്ചരിക്കുന്നുണ്ട്. ദീപൻ ശിവരാമൻ, ശങ്കർ വെങ്കി ടേശ്വരൻ, ജ്യോതിഷ് തുടങ്ങിയവർക്കു പിറകിലായി അഭിമന്യുവും സഞ്ച രിക്കുന്നതുകാണാൻ താല്പര്യമുള്ളതുകൊണ്ടാണ് ഇങ്ങനെയൊരു നാടകം രചിക്കാൻ മുതിർന്നത്. സ്ക്രിപ്റ്റില്ലാത്ത നാടകം എന്ന സങ്കല്പം ശരിയായിരിക്കാം. എങ്കിലും എഴുത്തുകാരനായതുകൊണ്ടാവാം നാടക ത്തിന് ഉറച്ച അടിത്തറയായി സ്ക്രിപ്റ്റും ഉണ്ടാവണം എന്നുതന്നെയാണ് എന്റെ അഭിപ്രായം. സംഭാഷണങ്ങളും സന്ദർഭങ്ങളും വിസ്തരിച്ചും പരത്തിയും എഴുതാൻ ശ്രമിച്ചിട്ടില്ല. വാക്കുകൾക്കുമീതെ കരുത്തുള്ള ദൃശ്യങ്ങൾ സ്ഥാപിച്ചുകൊണ്ടുള്ള അവതരണരീതിയാണ് പുതിയ സംവി ധായകരുടേത്. ശ്രവ്യഭാഷയേക്കാൾ ദൃശ്യഭാഷ അരങ്ങിൽ മേൽക്കൈ നേടുമെന്നതിനാൽ അരങ്ങിൽനിന്ന് സ്ക്രിപ്റ്റിനെ വായിച്ചെടുക്കാനോ മനസ്സിലാക്കാനോ കഴിയില്ല. അതുകൊണ്ടുതന്നെ പ്രേക്ഷകർ അവതര ണത്തിനു മുമ്പുംപിമ്പും സ്ക്രിപ്റ്റ് ഒറ്റയ്ക്കിരുന്നു വായിക്കേണ്ടതുണ്ടെന്ന് എനിക്കു തോന്നുന്നു. പ്രേക്ഷകരുടെ സർഗ്ഗാത്മകമായ ഇടപെടൽ സാധി ക്കണമെങ്കിൽ സ്ക്രിപ്റ്റ് വായനയെന്ന അധികഭാരം ആവശ്യമായി വരു മെന്നാണ് യമദൂതിനെ മുൻനിർത്തി എനിക്കു പറയാനുള്ളത്.

എം എൻ വിനയകുമാർ

ഇയാഗോ ഏറ്റു പറയുന്നു

സിവിക് ചന്ദ്രൻ

ഇയാഗോ ഏറ്റുപറയുന്നു:
ഒഥല്ലോയുടെയും ഡെസ്ഡിമോണയുടെയും
ജഡങ്ങൾക്കിടയിൽ ഞാൻ നില്ക്കുന്നു,
സോറി, അല്പം വൈകിപ്പോയി,
ഏറ്റുപറയാൻ ഒരുങ്ങുകയായിരുന്നു ഞാൻ,
കഷ്ടം, അപ്പോഴേക്കും....!
ഞാനാരുടെ കാമുകനാണ്,
അയാളുടെയോ അവളുടെയോ?
അവരിരുവരും അറിയാതെ ഒരു ജാരനെ
ഞാൻ കഥയിൽ പ്രവേശിപ്പിക്കുകയായിരുന്നു,
എന്റെ പിഴ, എന്റെ പിഴ, എന്റെ വലിയ പിഴ....
അവസാനകർട്ടൻ വീഴുന്നതിന് മുമ്പ്
ഒരു ചോദ്യംമാത്രം:
അവളെ ഞെരിച്ചു കൊല്ലുകയും
സ്വയംഹത്യചെയ്യുകയും ചെയ്ത
അയാളെന്തേ എന്നെ വെറുതെ വിട്ടു?
ബലിക്കല്ലിൽ തലതല്ലി ഇയാഗോ ഇതാ:
എന്റെ, എന്റെ, എന്റെ വലിയ പിഴ....

(അഭിമന്യുവിന്റെ നാടകം *യമദൂത്* കണ്ടതിനുശേഷം എഴുതിയത്)

അവതാരിക

മരണത്തിന്റെ നിഴൽവീണ താഴ്‌വര

ടി എം എബ്രഹാം

ആയിരത്തി തൊള്ളായിരത്തി എൺപത്തി ഏഴിൽ ലണ്ടനിലെ ബാർബിക്കൻ തിയേറ്ററിൽ അവതരിപ്പിച്ച ഷേക്സ്പിയറുടെ *ഒഥല്ലോ* നാടകം കണ്ട അനുഭവത്തെപ്പറ്റി പ്രശസ്ത കവിയും എഴുത്തുകാരനു മായ ബെൻ ഒക്രി[1] തന്റെ ഓർമ്മക്കുറിപ്പുകളിൽ എഴുതിയിട്ടുണ്ട്. ആ നാടകത്തിലെ 'ഒഥല്ലോ' എന്ന കഥാപാത്രത്തെ പ്രതിനിധീകരിച്ചത് ബെൻ കിങ്‌സിലി[2] എന്ന ഷേക്സ്പീരിയൻ നടനായിരുന്നു. എന്നാൽ ബെൻ ഒക്രി പറയുന്നത് മറ്റൊരു കാര്യമാണ്. അന്ന് ആ നാടകം കാണാ നെത്തിയ ആയിരത്തിലേറെ വരുന്ന വെള്ളക്കാരായ പ്രേക്ഷകർക്കിട യിലെ ഏക കറുത്തവർഗ്ഗക്കാരൻ താനായിരുന്നു. വെളുത്തവരുടെ ലോക ത്തുനിന്ന് ഒറ്റപ്പെടുത്തിയ ഒഥല്ലോയുടെ മഹാവ്യസനവും തീവ്രമായ ഏകാന്തതയും തന്നെ അഗാധമായി സ്പർശിച്ചതായി ബെൻ ഒക്രി രേഖ പ്പെടുത്തുന്നുണ്ട്: "കറുത്തവനായ ഒഥല്ലോയെ കണ്ടിരിക്കുക എന്നതു തന്നെ വേദനാജനകമാണ്. അഞ്ചുനൂറ്റാണ്ടായി ഒഥല്ലോ എന്ന കറുത്ത മനുഷ്യന്റെ ദുരന്തകഥ ഇത്രയേറെ രംഗവേദികളിൽ അരങ്ങേറിയിട്ടും ഇന്നും കറുത്തവനോടുള്ള മനോഭാവത്തിൽ കാര്യമായ മാറ്റമൊന്നും വെളുത്തവർക്ക് ഉണ്ടായിട്ടില്ല."

ഒഥല്ലോ എന്ന കഥാപാത്രം നൂറ്റാണ്ടുകളിലൂടെ അനുഭവിച്ച വെറുപ്പും ഒറ്റപ്പെടലും ഒരു ആഫ്രിക്കൻ വംശജന് എളുപ്പത്തിൽ മനസ്സിലാവും. അധിനിവേശാനന്തര (Post colonial) നാടകവേദിയിൽ ഒഥല്ലോയ്ക്ക് ഒട്ടേറെ ഭാഷ്യങ്ങൾ ഇന്നും ചമയ്ക്കപ്പെടുന്നു. ബെൻ ഒക്രി ഓർമ്മക്കുറി പ്പുകൾ അവസാനിപ്പിക്കുന്നത് ഒരു ചോദ്യത്തോടെയാണ്. '*ഒഥല്ലോ*യുടെ

---

1.   A way of being free; Ben Okri
2.   ബെൻ കിങ്‌സ്‌ലി ഗാന്ധി സിനിമയിൽ അഭിനേതാവായിരുന്നു.

വിധി വെളുത്തവർക്ക് എങ്ങനെ സങ്കല്പിക്കാനാകും?'

ഇന്ത്യയിൽ ഷേക്സ്പിയർ നാടകങ്ങളുടെ അവതരണം ആരംഭി ക്കുന്നത് പതിനെട്ടാം നൂറ്റാണ്ടിന്റെ അവസാനത്തോടെയാണ്. അക്കാലത്ത് ഒട്ടേറെ വിദേശ നാടകസംഘങ്ങൾ ഇന്ത്യയിൽ വരുകയും ഇവിടുത്തെ പ്രധാന നഗരങ്ങളിൽ നാടകങ്ങൾ അവതരിപ്പിക്കുകയും ചെയ്തു.

1775 ൽ ഷേക്സ്പിയർ നാടകങ്ങളുടെ അവതരണങ്ങൾക്കായി കല്ക്കത്തയിലും ബോംബെയിലും പുതിയ രീതിയിലുള്ള തിയേറ്ററുകൾ നിർമ്മിച്ചു. ബ്രിട്ടീഷ് ഗവർണർ ജനറലിന്റെ[3] അനുമതിയോടുകൂടി മാത്രമേ അവിടെ നാടകങ്ങൾ അവതരിപ്പിക്കാൻ സാധിച്ചിരുന്നുള്ളൂ. അത്തരത്തിൽ അവതരിപ്പിച്ച നാടകങ്ങൾക്ക് പ്രവേശനം അനുവദി ച്ചിരുന്നത് ഇംഗ്ലീഷുകാർക്ക് മാത്രമായിരുന്നു. ഈ നാടകശാലകളുടെ കാവല്ക്കാരായിപോലും ഇന്ത്യക്കാരെ നിയോഗിക്കുന്നതിനെ ബ്രിട്ടീഷു കാർ എതിർത്തിരുന്നു. "പൊതുവായ ഇത്തരം കാര്യങ്ങളിൽ കറുത്ത വർക്ക് ഒരവകാശവുമില്ല" ഇന്ത്യക്കാരെ ബ്രിട്ടീഷുകാർ വിളിച്ചിരുന്നത് കറുത്തവർ എന്നായിരുന്നല്ലോ.

നമുക്ക് *ഒഥല്ലോ* നാടകത്തിന്റെ അവതരണത്തിലേക്ക് തന്നെ മട ങ്ങേണ്ടതുണ്ട്. 1848 ൽ ഒരു ഇംഗ്ലീഷുകാരന്റെ സംവിധാനത്തിൽ കല്ക്ക ത്തയിൽ *ഒഥല്ലോ* നാടകം അവതരിപ്പിച്ചു. അതിൽ ഒഥല്ലോയുടെ ഭാഗം അഭിനയിച്ചത് ഒരു ഇന്ത്യക്കാരനായിരുന്നു. വൈഷ്ണവചരൺ ആദ്യ എന്ന ബംഗാളി യുവാവ്. അത് പല വെള്ളക്കാർക്കും ചിന്തിക്കാവുന്ന കാര്യമായിരുന്നില്ല. ഒരു ഷേക്സ്പിയർ നാടകത്തിൽ ഒരു ഇന്ത്യക്കാ രൻ അഭിനയിക്കുക! പിറ്റേന്ന് ഇറങ്ങിയ *കല്ക്കത്ത സ്റ്റാർ* എന്ന ഇംഗ്ലീഷ് ദിനപത്രം ഇതിനെ നിശിതമായി വിമർശിച്ചു: 'ദാറ്റ് ബ്ലാക്ക് പെയിന്റഡ് നിഗ്ഗർ'[4] എന്നായിരുന്നു തലക്കെട്ട്.

1795 ൽ കാളിദാസന്റെ *അഭിജ്ഞാന ശാകുന്തളം* ഇംഗ്ലീഷിലേക്ക് വിവർത്തനം ചെയ്ത സർ വില്യം ജോൺസ് അന്ന് കാളിദാസനെ വിശേ ഷിപ്പിച്ചത് 'ഇന്ത്യൻ ഷേക്സ്പിയർ' എന്നാണെന്നത് നാം ഇവിടെ ഓർമ്മി ക്കുക.

1850 ലാണ് ഇംഗ്ലീഷ് സാഹിത്യത്തോടൊപ്പം ഷേക്സ്പിയർ നാടകങ്ങളും നമ്മുടെ യൂണിവേഴ്സിറ്റികളിലെ പാഠ്യപദ്ധതിയിൽ കടന്നുവരുന്നത്. തദ്ദേശീയരുടെ മേലുള്ള ബ്രിട്ടീഷുകാരുടെ നിയന്ത്രണ ത്തിനുള്ള ഒരു ഉപകരണം എന്ന നിലയിലാണ്. ഇവിടെ ഇംഗ്ലീഷുഭാഷ ഉപയോഗിക്കപ്പെടുന്നത്. 1835 ൽ ഇന്ത്യൻ എഡ്യൂക്കേഷൻ ആക്ട്[5] പാസാ ക്കുമ്പോൾ മെക്കാളെ പ്രഭു വിഭാവനം ചെയ്തതും ഇതുതന്നെയാണ്: 'രക്തത്തിലും നിറത്തിലും ഭാരതീയർ. എന്നാൽ അഭിരുചികളിലും അഭി പ്രായങ്ങളിലും ബുദ്ധിയിലും ധാർമ്മികതയിലും ഇംഗ്ലീഷുകാർ'

---

3.   The acts of Authority/ Acts of Resistance: Nandi Bhatia

4.   That Black painted Niggar" Calcutta Star

5.   Minutes on Indian Education - Thomas Macaulae

പത്തൊമ്പതാം നൂറ്റാണ്ടാവുമ്പോഴേക്കും ഷേക്സ്പിയർ കൃതികളുടെ അവതരണങ്ങൾ ഇന്ത്യയിൽ വ്യാപകമായി. ഷേക്സ്പിയർ നാടകങ്ങൾ ഭാരതീയ ഭാഷകളിലേക്ക് വിവർത്തനം ചെയ്യപ്പെടുന്നതും ഇക്കാലത്താണ്.

ഷേക്സ്പിയറുടെ *ഒഥല്ലോ* നാടകത്തിന്റെ ആദ്യാവതരണം നടക്കുന്നത്, 1604 നവംബർ ഒന്നിന്, ഇംഗ്ലണ്ടിലെ ജെയിംസ് മൂന്നാമന്റെ കൊട്ടാരത്തിൽ വച്ചാണെന്ന് നാടകചരിത്രം പറയുന്നു. ഷേക്സ്പിയർ ജീവിച്ചിരുന്ന കാലത്ത് തന്റെ ഒരു കൃതിയും പുസ്തകരൂപത്തിൽ അച്ചടിക്കപ്പെട്ടിരുന്നില്ല. തന്റെ അവസാനകാല രചനകളായ *ഹാംലെറ്റ്, കിങ്ലിയർ* തുടങ്ങിയ നാടകങ്ങളുടെ രചനാകാലത്തുതന്നെയാണ് *ഒഥല്ലോ*യും എഴുതപ്പെട്ടിരുന്നത്. ഒഥല്ലോ നാടകത്തിന് ആധാരമായ കഥ എടുത്തിട്ടുള്ളത് ഇറ്റാലിയൻ എഴുത്തുകാരനായ ജിയോ വാന്നി ബാറ്റിസ്റ്റ ജിറാൾഡിയുടെ[6] കഥാസമാഹാരത്തിൽ നിന്നാണെന്ന് പറയപ്പെടുന്നു. ഇറ്റാലിയൻ ഭാഷയിലെഴുതപ്പെട്ട പ്രസ്തുത കഥയിൽ ഭാര്യയെ അകാരണമായി സംശയിക്കുന്ന ഒരു മൂറിനെപ്പറ്റി പരാമർശിക്കുന്നുണ്ട്. അതിലേക്ക് അയാളെ നയിക്കുന്നതാകട്ടെ, തന്റെ കീഴ് ഉദ്യോഗസ്ഥനായ ഒരു കോർപ്പറലും. ഷേക്സ്പിയർ നാടകങ്ങളുടെ അനുരൂപീകരണങ്ങൾ (adaptations) കഴിഞ്ഞ അഞ്ചുനൂറ്റാണ്ടുകളായി നടക്കുന്നു. ഷേക്സ്പിയർ കൃതികളെ ആധാരമാക്കി ഒട്ടനവധി രംഗപാഠങ്ങളും വ്യാഖ്യാനങ്ങളും കഴിഞ്ഞ നൂറ്റാണ്ടുകളിൽ നാടക സാഹിത്യത്തിലേക്ക് കടന്നുവന്നിട്ടുണ്ട്. ബർട്ടോൾഡ് ബ്രഹ്ത് മുതൽ എഡ്വേർഡ് ബോണ്ടുവരെയുള്ള നാടക രചയിതാക്കൾ ഷേക്സ്പിയർ കൃതികൾക്ക് രാഷ്ട്രീയ വ്യാഖ്യാനങ്ങൾ ചമച്ചു. *ഹാംലെറ്റ്* നാടകത്തെ അടിസ്ഥാനമാക്കി ടോം സ്റ്റോപ്പാർഡ് രചിച്ച Rosen Crantez and Gaildan Stern are dead (1966) വളരെയധികം ശ്രദ്ധിക്കപ്പെട്ട ഒരു രംഗ വ്യാഖ്യാനമാണ്. ഷേക്സ്പിയർ കൃതികൾക്ക് ഏറ്റവും കൂടുതൽ പാഠ്യരൂപാന്തരങ്ങൾ (textual adaptations) രംഗവേദിയിൽ നടത്തിയിട്ടുള്ള സംവിധായകനാണ് പീറ്റർബ്രൂക്ക്. അന്റോണിൽ ആർത്താഡിന്റെ ദർശനത്തെ പിന്തുടർന്ന് ഷേക്സ്പിയറുടെ *ടെംപസ്റ്റ്* നാടകത്തിന് ബ്രൂക്ക് നല്കിയ വ്യാഖ്യാനം ഒട്ടേറെ ചർച്ച ചെയ്യപ്പെട്ട ഒന്നാണ്. ഈ വ്യാഖ്യാനത്തിൽ കാലിബാൻ ഒരു വിപ്ലവകാരിയാണ്. അയാൾ മിറാൻഡയെ ബലാത്സംഗം ചെയ്യുകയും പ്രോസ്പ്പറോയെ ആക്രമിക്കുകയും ചെയ്യുന്നു. ഈ നാടകത്തിന്റെ അവതരണത്തിൽ പ്രാചീനത നിറഞ്ഞ ഗോത്രസംസ്കാരം ആദ്യവസാനം നിലനിർത്തിയിരിക്കുന്നു. നാടകം അവസാനിക്കുന്നത് ഗോത്രരതിയുടെ അനുഷ്ഠാനത്തോടെയാണ്. പീറ്റർബ്രൂക്കിന്റെ *ഈഡിപ്പസ്* നാടകാവതരണത്തെപ്പറ്റിയും ഇവിടെ പരാമർശിക്കേണ്ടിയിരിക്കുന്നു. 'സോഫോക്ലിസ്' രചിച്ച *ഈഡിപ്പസ് രാജാവ്* എന്ന നാടകത്തെ അടിസ്ഥാനമാക്കിയല്ല പീറ്റർ ബ്രൂക്ക് തന്റെ രംഗാവതരണം രൂപപ്പെടു

6. Giovanni Battista Giraldi (1504 - 1573) : One Hundred Tales

ത്തിയത് എന്നത് പ്രത്യേകം എഴുതട്ടെ. എ ഡി ഒന്നാം നൂറ്റാണ്ടിൽ റോമാക്കാരനായ സെനേക്കാ (Seneca) ലത്തീൻ ഭാഷയിലെഴുതിയ *ഈഡിപ്പസി*നെ ആധാരമാക്കിയാണ് ബ്രൂക്ക് തന്റെ രംഗാവതരണം രൂപപ്പെടുത്തിയത്. ഈ നാടകാവതരണത്തിൽ പ്ലേഗ് ബാധിച്ചു നശിച്ചുപോയ തീബ്സ് നഗരത്തിനു പകരമായി സംവിധായകൻ കൊണ്ടുവരുന്നത് ബോംബുവീണു തകർന്ന വിയറ്റ്നാമാണ്. മറ്റൊരു സംവിധായകൻ *ലിയർ രാജാവ്* സ്ത്രീപക്ഷ നാടകമായി രംഗത്ത് അവതരിപ്പിച്ചപ്പോൾ ലിയർ രാജാവിനെ ലിയർ രാജ്ഞിയാക്കി വ്യാഖ്യാനം നിർവ്വഹിച്ചതും അടുത്ത കാലത്താണ്.

അസംബന്ധ നാടകരചയിതാവായ 'യൂജിൻ അയ്നോസ്കോ *മാക്ബത്തിന്* ഒരു പുതിയ വ്യാഖ്യാനം നിർവ്വഹിച്ചിട്ടുണ്ട്. ഇതിൽ ഒരേ അഭിനേത്രി തന്നെ ലേഡി മാക്ബത്തിന്റെയും മന്ത്രവാദിനിയുടെയും (മന്ത്രവാദിനി നാടകത്തിൽ നഗ്നയായിട്ടാണ് അഭിനയിക്കുന്നത്.) ലേഡി ഡങ്കന്റേയും വേഷത്തിൽ വരുന്നു. (ഷേക്സ്പിയർ എഴുതിയ *മാക്ബത്തിൽ*, ലേഡി ഡങ്കൻ എന്ന കഥാപാത്രം ഇല്ല) മാക്ബത്തും ബാങ്കോയും ഒരേ വേഷമാണ് ധരിച്ചിരിക്കുന്നത്. രണ്ടുപേർക്കും താടിയുണ്ട്. അവർ ഒരേ പോലെ ആംഗ്യങ്ങൾ കാണിക്കുകയും ഒരേ വാക്കുകൾ തന്നെ സംസാരിക്കുകയും ചെയ്യുന്നു. മന്ത്രവാദിനികളാകട്ടേ, കഥാപാത്രങ്ങളുടെ ഉപബോധമനസ്സിലെ ത്വരകളും പ്രകൃത്യാതീതശക്തികളുമായി വർത്തിക്കുന്നു. ചെങ്കിസ്ഖാൻ മുതൽ ആൽഫ്രഡ് ജാറി (Alfred Jarry)യുടെ ഉബുരാജാവു വരെ ഇതിൽ കഥാപാത്രങ്ങളാകുന്നു. ഇവരെല്ലാം അധികാരത്തിന്റെ ഏകാന്തത നിറഞ്ഞ ലോകത്തു ജീവിച്ചു മരിച്ചവരാണ്. ഈ നാടകത്തിലൂടെ അധികാരം, മരണം തുടങ്ങിയ ദാർശനിക സമസ്യകൾക്ക് പുതിയ നിർവ്വചനങ്ങൾ ഒരുക്കുകയാണ്. അയ്നോസ്കോ മരണത്തെപ്പറ്റി മാക്ബത്തു പറയുന്ന സംഭാഷണ ഭാഗം രണ്ടുതവണ നാടകത്തിൽ ആവർത്തിക്കുന്നുണ്ട്.

> ദശലക്ഷക്കണക്കിനു മനുഷ്യർ ഭയത്താൽ മരിച്ചു. അത്രയുംതന്നെ ആൾക്കാർ ആത്മഹത്യ ചെയ്തു. കോടിക്കണക്കിന് ആളുകളാവട്ടെ രോഗം കൊണ്ടും രക്തമൂർച്ചകൊണ്ടും മരിച്ചു. അവരെയെല്ലാം സംസ്കരിക്കാനുള്ള ഇടം ഭൂമിയിലില്ല. വെള്ളത്തിൽ മുങ്ങി മരിച്ചവരുടെ ചീർത്ത ശരീരങ്ങൾകൊണ്ട്, തടാകത്തിലെ ജലം മുഴുവൻ അഴുക്കായിരിക്കുന്നു. ചീഞ്ഞുനാറുന്ന ഈ ശവങ്ങൾ കൊത്തിവലിക്കാൻ വേണ്ടത്ര കഴുകന്മാരും ഇവിടെ ഇല്ലാതായിരിക്കുന്നു. മരിക്കാതെ അവശേഷിക്കുന്നവർ യുദ്ധം ചെയ്തുകൊണ്ടേയിരിക്കുന്നു.

നമുക്ക് *യമദൂത്* എന്ന നാടകത്തിലേക്ക് മടങ്ങുക. ഇവിടെ ഷേക്സ്പിയറുടെ *ഒഥല്ലോ* എന്ന നാടകത്തിൽ നിന്ന് മറ്റൊരു രംഗപാഠം രൂപ

പ്പെടുത്തിയിരിക്കുകയാണ് ശ്രീ. എം എൻ വിനയകുമാർ. പല വായന കൾക്കും പാഠങ്ങൾക്കും ഈ കൃതി (Text) സാദ്ധ്യത നല്കുന്നുണ്ട്. എന്തുകൊണ്ട് ഇങ്ങനെ ഒരു രചന? അതിന് നാടകകൃത്തിന്റെ മറുപടി, അദ്ദേഹം ഈ കൃതിക്കെഴുതിയ ആമുഖക്കുറിപ്പിലുണ്ട്. 'ഒഥല്ലോ, ഇയാഗോ, ഡെസ്ഡിമോണ തുടങ്ങിയവരുടെ മരണശേഷമുള്ള കുറച്ചു സമയം തെരഞ്ഞെടുത്ത് പ്രേക്ഷകർക്ക് നല്കുക എന്ന പ്രക്രിയയാണ് ഈ നാടകത്തിൽ സ്വീകരിച്ചിട്ടുള്ളത്' (*യമദൂത്*: ആമുഖം) ഈ പ്രസ്താ വനയോട് ചേർന്ന് നില്ക്കുന്ന രീതിയിലാണ് സംവിധായകന്റെ കുറിപ്പിൽ വ്യക്തമാക്കുന്നത്: 'പ്രധാന കഥാപാത്രങ്ങളുടെ Body Death, Mind Death എന്നിവയ്ക്കിടയിലുള്ള സാങ്കല്പിക സമയത്ത് സ്വന്തം ജീവിത ത്തെപ്പറ്റി ഓരോ കഥാപാത്രവും നടത്തുന്ന പുനർവിചിന്തനമാണ് *യമ ദൂത്* - ആഫ്റ്റർ ദി ഡെത്ത് ഓഫ് ഒഥല്ലോ'

ഷേക്സ്പിയറുടെ *ഒഥല്ലോ* നാടകത്തിൽ നിന്ന് ഒരു പോസ്റ്റ് മോഡേൺ ടെക്സ്റ്റ് (Post modern Text) രൂപപ്പെടുത്തിയിരിക്കുകയാണി വിടെ. ഈ പ്രവണത പാശ്ചാത്യനാടകരംഗത്ത് വ്യാപകമാണെങ്കിലും മലയാളത്തിൽ ഇത്തരം ശ്രമങ്ങൾ അപൂർവ്വമാണ്. ഏതാണ്ട് ഇരുപതു പേജിൽ ഒതുങ്ങുന്ന ഈ നാടകകൃതി രൂപപ്പെടുത്താൻ തനിക്ക് ഒരു വർഷം വേണ്ടിവന്നുവെന്ന് രചയിതാവ് പറയുന്നു. ഈ രചനയുടെ പിന്നിൽ രചയിതാവ് അനുഷ്ഠിച്ച ധ്യാന സമാനമായ ജീവിതത്തെപ്പറ്റി അടിവര ഇടുന്നുണ്ട്, ഈ കൃതി. എഴുതി നിറച്ച ഇരുന്നൂറിലേറെ പേജു കൾ എഡിറ്റിങ്ങിലൂടെ ഒഴിവാക്കിയിട്ടാണ് ഇപ്പോഴുള്ള ഇരുപതു പേജു കളിൽ ഒതുക്കിയതെന്ന് നാടകകൃത്ത് സൂചിപ്പിക്കുന്നു.

നാടകാരംഭം:

'അരങ്ങിൽ മൂന്നുപേർ കിടന്നു പിടയ്ക്കുന്നു. വ്യത്യസ്ത സ്വഭാവം പുലർത്തുന്ന മൂന്നു മരണങ്ങൾ സംഭവിക്കുകയാണ്. അല്പസമയത്തിനു ശേഷം, പാമ്പുകൾ ഉറയൂരുന്നതുപോലെ വസ്ത്രങ്ങളിൽ നിന്ന് മൂന്ന് ശരീരങ്ങളും ഊരിപ്പോരുന്നു.

പിന്നീട്, ഒഥല്ലോയുടെ ആത്മവിലാപമാണ്:

ഒഥല്ലോ: ഞാൻ മരിച്ച മനുഷ്യനാണ്. കടം കൊണ്ട സമയവും തീരുന്നു. എന്റെ തലച്ചോറിലും മനസ്സിലും പടർന്നു കത്തുന്നതെല്ലാം വെളിച്ചം കലർന്ന പദങ്ങളായി പുറത്തുവരട്ടെ. തിരമാലകളിലേക്ക് എടു ത്തെറിയപ്പെട്ട ഒരാൾക്ക് എന്താണ് പറയാനാവുക? പക്ഷേ, സംഭവിച്ചത്, ഞാൻ പറയുംവിധം തന്നെയാണ്. പഴുത്ത ഒരു പഴം പോലെ ഞാൻ ഭൂമി യിൽ വീണു.'

മരണത്തിന്റെ നിഴൽ വീണ താഴ്വരയിലൂടെയാണ് എല്ലാ കഥാപാ ത്രങ്ങളും സഞ്ചരിക്കുന്നത്. ഭീമാകാരങ്ങളായ മൂന്നു കാട്ടുപറവകൾ ഈ നാടകത്തിൽ ആദ്യാവസാനം നിറഞ്ഞു നില്ക്കുന്നു. അവരുടെ സംഭാ

ഷണങ്ങളാകട്ടേ മരണത്തെ ധ്വനിപ്പിക്കുന്നതുമാണ്. *മാക്ബത്തി*ലെ മന്ത്രവാദിനികളെ, ഈ പക്ഷികൾ ഓർമ്മിപ്പിക്കുന്നു. അതേ നാടകത്തിൽ ത്തന്നെ, പക്ഷികൾ കരഞ്ഞ് പ്രേക്ഷകനെ നടുക്കുന്ന മറ്റൊരു സന്ദർഭവുമുണ്ട്. ഡങ്കൻ വധിക്കപ്പെടുമ്പോൾ, കടവാതിലുകളുടെ[7] കരച്ചിൽ കേട്ട് ലേഡി മാക്ബത്ത് ഞെട്ടുന്നുണ്ട്. ഈ നാടകത്തിലെ മൂന്നു പറവകളും വായനക്കാരെ, മാക്ബത്തിലെ കടവാതിലുകളെ അനുസ്മരിപ്പിക്കുന്നുണ്ട്. നാടകഗാത്രത്തിലാകെ പടർന്നു കിടക്കുന്ന മരണത്തിന്റെ പ്രതീകങ്ങളായിക്കൂടി വർത്തിക്കുന്നു, ഈ "കാലമാനസ പുത്രികൾ." നാടകത്തിന്റെ അവസാനത്തിൽ മൂന്നുപക്ഷികളും ചേർന്ന് ഒഥല്ലോയുടെ ശിരസ്സിലൂടെ കറുത്ത ദ്രാവകം ഒഴിക്കുന്നു. അതോടെ ഒഥല്ലോ മരിച്ചു വീഴുകയാണ്. പിന്നീട് ഒഥല്ലോയെയും മറ്റ് രണ്ടുപേരെയും ചിറകിലേറ്റി അനന്തതയിലേക്ക് അവർ പറന്നുയരുകയാണ്.

മലയാളത്തിൽ രൂപപ്പെട്ടുവരുന്ന പുതിയ രംഗ പരീക്ഷണങ്ങളെപ്പറ്റി നാടകകൃത്ത് ബോധവാനാണെന്ന്, ആമുഖക്കുറിപ്പ് വായിക്കുമ്പോൾ മനസ്സിലാവുന്നു. മെറ്റാ തിയേറ്ററിന്റെ (Meta Theatre) സാദ്ധ്യതകൾ അന്വേഷിക്കുന്ന ഒരു കൃതിയാണിത്. ഒരു സംവിധായകന് വേണ്ടത്ര ഭാവനാസ്വാതന്ത്ര്യം നല്കിക്കൊണ്ടാണ് ശ്രീ. വിനയകുമാർ ഇതിന്റെ രചന നിർവ്വഹിച്ചിരിക്കുന്നത്. ആദ്യന്തം കാവ്യാത്മകവും ധ്വനിസാന്ദ്രവും ആയ സംഭാഷണങ്ങൾ ഈ നാടകകൃതിയുടെ പ്രത്യേകതയത്രേ.

ഒരു പ്രത്യേക പ്രമേയം തന്നെ നാടകരചനയ്ക്ക് തെരഞ്ഞെടുക്കുവാൻ ഒരു രചയിതാവിനെ പ്രേരിപ്പിക്കുന്ന ഘടകം എന്താണ്? വിശ്രുത നാടക സംവിധായകനായ പീറ്റർ ബ്രൂക്ക് അതിനെ വിളിക്കുന്നത്,: 'രൂപമില്ലാത്ത ഒരു ഭൂതോദയം' (A formless hunch), എന്നാണ്. എന്തുകൊണ്ട് താൻ ഈ പ്രമേയം രചനയ്ക്ക് തെരഞ്ഞെടുത്തു - എന്തുകൊണ്ട് ഇതിന്റെ ഘടന ഇങ്ങനെയായി എന്ന് ചോദിച്ചാൽ രചയിതാവിന് കൃത്യമായ മറുപടി ഉണ്ടാവണമെന്നില്ല. പലപ്പോഴും അന്തർജ്ഞാനം (Intuition) നല്കുന്ന വെളിച്ചത്തിലൂടെയാണ് ഓരോ എഴുത്തുകാരനും സഞ്ചരിക്കുന്നത്.

നാടകീയ സംഭാഷണം എന്നത് അഭിനയിക്കപ്പെടാനുള്ള വാക്കാണ്. (Enactable word) മനുഷ്യന്റെ വാക്കുകൾ അഗാധമായ ജലാശയമാണ്. (സു-ഭാ :18 : 4) രംഗവേദിയിൽ നിന്ന് ആ വാക്കുകൾ ഉച്ചരിക്കുന്ന നടന്റെ ശരീരം പ്രകമ്പനം കൊള്ളുന്നുണ്ട്. നാടകത്തിലെ വാക്കി (word)ന്റെ പ്രാധാന്യത്തെപ്പറ്റി ഉറച്ച അഭിപ്രായമുള്ള നാടകകൃത്താണ്, ശ്രീ. വിനയകുമാർ: 'സ്ക്രിപ്റ്റ് ഇല്ലാത്ത നാടകം എന്ന സങ്കല്പം ശരിയായിരിക്കാം. എങ്കിലും, എഴുത്തുകാരനായതുകൊണ്ടാവാം നാടകത്തിന് ഉറച്ച അടിത്തറയായി സ്ക്രിപ്റ്റും ഉണ്ടാവണം എന്നു തന്നെയാണ് എന്റെ അഭി

7. ഡി സി ബുക്സിന്റെ മലയാള വിവർത്തനത്തിൽ മൂങ്ങകൾ എന്നാണ് പറഞ്ഞിട്ടുള്ളത്.

പ്രായം.' (*യമദൂത് - ആമുഖം*) (realistic)

ആദ്യാവസാനം യാഥാർത്ഥ്യത്തിന് അപ്പുറമുള്ള ഒരു തരത്തിലാണ്
ഈ നാടകം സംഭവിക്കുന്നത്. പലപ്പോഴും സർറിയലിസത്തിലേക്ക്
ഇതിലെ രംഗങ്ങൾ കടന്നു കയറുന്നു. മരണവും മൗനവുമാണ് ഈ രച
നയിലാകെ നിറഞ്ഞു നില്ക്കുന്നത്. മൗനത്തിന്റെ ആ ഇടങ്ങളാണ്, സംവി
ധായകൻ രംഗവേദിയിൽ ദൃശ്യങ്ങൾ കൊണ്ടു പൂർത്തീകരിക്കുന്നത്.

മലയാള നാടകവേദിയിൽ രൂപപ്പെട്ടുവരുന്ന പുതിയ ദൃശ്യഭാഷയെ
പ്പറ്റി ഈ രചയിതാവ് ബോധവാനാണ്. വാക്കുകൾക്ക് മീതെ കരുത്തുറ്റ
ദൃശ്യങ്ങൾ സ്ഥാപിച്ചു കൊണ്ടുള്ള അവതരണരീതിയാണ് ഈ രചയിതാവ്
വിഭാവനം ചെയ്യുന്നത്. ഈ കൃതിയോടൊപ്പമുള്ള സംവിധായകന്റെ
കുറിപ്പും ഇതോട് ചേർത്തുവെച്ച് വായിക്കേണ്ടതാണ്.

'ഇന്ത്യൻ നാടകവേദിയിൽ കത്തി നിന്നിരുന്ന വെർബൽ (verbal)
നാടകങ്ങളുടെ സമയം അവസാനിച്ചു തുടങ്ങിയിരിക്കുന്നു എന്ന സൂചന
യുമായി ദൃശ്യങ്ങൾക്ക് വളരെയേറെ പ്രാധാന്യമുള്ള ഒരു രംഗഭാഷ രൂപം
കൊള്ളാൻ തുടങ്ങിയിരിക്കുന്നു. രംഗത്ത് നടന്മാർ മാത്രമല്ല സംസാരി
ക്കേണ്ടത്, നടന്മാരിലൂടെ ദൃശ്യങ്ങളും ദൃശ്യോപകരണങ്ങളും കൂടിയാണ്'.
ഭാരതീയ പാരമ്പര്യമനുസരിച്ച് നാടകം എന്നത് ദൃശ്യകാവ്യ (visual
poetry)മാണ്. ഈ പാരമ്പര്യ നാടകവേദിയിൽനിന്നു പ്രചോദനം ഉൾ
ക്കൊണ്ട് അർത്ഥപൂർണ്ണമായ നവീന രംഗാവതരണങ്ങൾ ഒരുക്കാം എന്ന
ധാരണ കൃത്യമായി ഉള്ള രണ്ടു പേരാണ്, ഈ നാടകത്തിന്റെ രചയി
താവും സംവിധായകനും.

മരണത്തിന്റെ തണുപ്പും നിശ്ശബ്ദതയുടെ വിഹ്വലതയും ആദ്യാവ
സാനം വായനക്കാരനെ അനുഭവിപ്പിക്കുന്ന ഒരു രചനയാണ് *യമദൂത്*.
സ്വന്തം മനസ്സിൽ കടന്നു കൂടിയ ജാരനെ പുറമേ അന്വേഷിച്ചുകൊണ്ടിരി
ക്കുന്ന ഒരാളുടെ മനസ്സിലെ ഇരുട്ടും ഭയവും കറുപ്പും ഒക്കെ ചാലിച്ചു
രൂപപ്പെടുത്തിയ ഒരു കൃതിയാണിത്. മലയാളത്തിൽ അടുത്ത കാലത്തി
റങ്ങിയ അനവധിയായ നാടകങ്ങളിൽ നിന്ന് രചനാപരമായും ദർശന
പരമായും ഈ നാടകം വേറിട്ട് നില്ക്കുന്നു.

യമദൂത്
നാടകം

രംഗം 1

അരങ്ങിൽ മൂന്നുപേർ കിടന്നുപിടയ്ക്കുന്നു. വ്യത്യസ്ത സ്വഭാവം പുലർത്തുന്ന മൂന്ന് മരണങ്ങൾ സംഭവിക്കുകയാണ്. നിലവിളിയും ഞരക്കങ്ങളും ഉയരുന്നുണ്ടെങ്കിലും അവർ പരസ്പരമോ പുറമേനിന്ന് ആരെങ്കിലുമോ ഈ വല്ലാത്ത കാഴ്ചയും ശബ്ദങ്ങളും ശ്രദ്ധിക്കുന്നില്ല. ഏതോ ദുരന്തത്തിന്റെ തടുർച്ചയായിട്ടാണ് ഈ മരണങ്ങൾ. അതിന്റെ അടയാളങ്ങൾ അരങ്ങിൽ ദൃശ്യമാണ്. ഞരക്കങ്ങളും പിടച്ചിലും അവസാനിക്കുന്നു. ശരീരങ്ങൾ നിശ്ചലമാവുന്നു. അല്പസമയത്തിനു ശേഷം പാമ്പുകൾ ഉറയൂരുന്നതുപോലെ വസ്ത്രങ്ങളിൽ നിന്ന് മൂന്ന് ശരീരങ്ങളും ഊരിപ്പോരുന്നു. അവർ ധരിച്ചിരുന്ന വസ്ത്രങ്ങൾ ശരീരത്തോടൊപ്പമെന്നതുപോലെ മാറ്റമോ അനക്കമോ ഇല്ലാതെ പഴയ പടി കിടക്കുന്നു. മരണപ്പെട്ടവർ ഓരോരുത്തരായി എഴുന്നേറ്റു നില്ക്കുന്നു. ഒഥല്ലോ. ഡെസ്ഡിമോണ. ഇയാഗോ -

ഒഥല്ലോ : ഞാൻ ഒരു മരിച്ച മനുഷ്യനാണ്. കടംകൊണ്ട സമയവും തീരുന്നു. എന്റെ തലച്ചോറിലും മനസ്സിലും പടർന്നുകിടന്നു കത്തുന്നതെല്ലാം വെളിച്ചം കലർന്ന പദങ്ങളായി പുറത്തുവരട്ടെ. തിരമാലകളിലേക്ക് എടുത്തെറിയപ്പെട്ട ഒരാൾക്ക് എന്താണ് പറയാനാവുക? പക്ഷേ, സംഭവിച്ചത് ഞാൻ പറയുംവിധം തന്നെയാണ്. എന്റെ ദൗത്യം തീർന്നു. പഴുത്ത പഴം പോലെ ഞാൻ ഭൂമിയിൽ വീണു.

ഡെസ്ഡിമോണ : സ്വയം പഴുത്തു വീണതല്ല. തലയ്ക്കടിച്ച് പഴു

പ്പിച്ചു. തുണ്ടം തുണ്ടമായി കുത്തിക്കീറി. ജീവനുതുല്യം സ്നേഹിച്ചതിനുള്ള ശിക്ഷ. വിടർന്ന കണ്ണും ചുവന്ന ചുണ്ടും തുടുത്ത കവിളും വെൺമേഘനിറവും... സൗന്ദര്യം എന്നെ പരാജയപ്പെടുത്തി. ഒഥല്ലോ... നീയെന്റെ ഉള്ളറിഞ്ഞില്ല. നീയെന്നിൽ കണ്ടത് വേറെയെന്തോ ആയിരുന്നു.

ഇയാഗോ : അസൂയകൊണ്ട് ലോകം കീഴടക്കാം. ആരെയും തോല്പിച്ചു മുന്നേറാം – അസൂയയെ തല്ലിക്കൊല്ലുന്നു. ദൈവത്തിനു നന്ദി. പിശാചിനു നന്ദി – എന്നെ ഇല്ലാതാക്കുന്ന സമയത്ത് ആളുകൾ വിളിച്ചുപറഞ്ഞു. പക്ഷേ, ഒഥല്ലോ, എല്ലാ വാക്കുകളും നീ പാലിച്ചു; ഒന്നൊഴികെ. നിന്റെ കരങ്ങളാലുള്ള എന്റെ ദാരുണാന്ത്യം.

– ഭീമാകാരങ്ങളായ മൂന്നു കാട്ടുപറവകൾ അരങ്ങിലേക്കിറങ്ങി വരികയും നിലത്തുകിടക്കുന്ന വസ്ത്രങ്ങളിൽ ഇരിക്കുകയും പരസ്പരം കൊക്കുരുമ്മുകയും ചെയ്യുന്നു. അവർ വികൃതസ്വരങ്ങൾ പുറപ്പെടുവിക്കുന്നു. മനുഷ്യ ശബ്ദത്തിൽ സംസാരിക്കാൻ തുടങ്ങുന്നു.

പക്ഷികൾ............
കാലമാനസപുത്രികൾ
ഭൂതമപ്പടി പറയുവോർ
കാട്ടുചോലയിൽ നനയുവോർ
വർത്തമാനം പറയുവോർ
പക്ഷികൾ...........

–ഒഥല്ലോയ്ക്കു ചുറ്റും പക്ഷികൾ പറന്നു നടക്കുന്നു –

പക്ഷി 1 : കാരിരുമ്പിൻ നിറമുള്ളവൻ ഒഥല്ലോ
പക്ഷി 2 : മനമേയിരുണ്ടവനെന്നുമാം
പക്ഷി 3 : എന്നുമേയെന്തുമേതും പ്രവൃത്തിയും നിവൃത്തിയും
പക്ഷി 1 : അതുതന്നെ. നടന്നതൊക്കെയും അതുതന്നെ. തരിമ്പിനവൻ കൂസിയോ.

–ഒഥല്ലോ ശബ്ദം പുറപ്പെടുവിക്കുന്നു. –

പക്ഷി 2 : ശ്..... പദങ്ങൾ നൃത്തത്തിനൊരുങ്ങുന്നു.
നിഷിദ്ധം.

പക്ഷി 3 : പാട്ട് മരണമാണ്. ദോഷവിധിയരുത്.

പക്ഷി 1 : ഒഥല്ലോ ഇപ്പോൾ ചിരിച്ചുകൂടാ. മിണ്ടലും വയ്യ.

പക്ഷി 2 : ആദ്യമരണമാരുടെ....

പക്ഷി 3 : ഡെസ്ഡിമോണ.......

പക്ഷി 1 : ശൂന്യം.... കാലമാപിനിക്കപ്പുറം ശൂന്യം....
ഭൂതലം വിട്ടിറങ്ങണം.

-ഒഥല്ലോയും ഡെസ്ഡിമോണയും ഇയാഗോയും അർത്ഥമി
ല്ലാത്ത ശബ്ദങ്ങൾ പുറപ്പെടുവിക്കുന്നു -

പക്ഷികൾ : മരണശേഷമുള്ള സമയം കുറച്ചേ ഉള്ളൂ.
ആവട്ടെ, പറയാനുള്ളത് പറഞ്ഞുതന്നെ തീർ
ക്കുക.

പക്ഷികൾ............
കാലമാനസപുത്രികൾ
ഭൂതമപ്പടി പറയുവോർ
കാട്ടുചോലയിൽ നനയുവോർ
വർത്തമാനം പറയുവോർ
പക്ഷികൾ...........

രംഗം 2

-ഡെസ്ഡിമോണയുടെ വീട്. ഒരു കാല്പനിക രംഗം. ഒഥല്ലോ
പ്രവേശിക്കുന്നു. പോരാളിയുടെ മട്ട്. ഡെസ്ഡിമോണ അയാളെ കണ്ട
മാത്രയിൽ അത്ഭുതാദരങ്ങളോടെ എഴുന്നേറ്റു നില്ക്കുകയും
സൂക്ഷിച്ചു നോക്കുകയും ചെയ്യുന്നു. ഒഥല്ലോ അവളെ കാണുന്നില്ല.
അയാൾ നടന്ന് അകത്തേക്കു പോകുന്നു. അകത്തുനിന്ന് ഡെസ്ഡി
മോണയുടെ അച്ഛനുമായി ഒഥല്ലോയുടെ സംസാരം. ഡെസ്ഡിമോണ
അതു ശ്രദ്ധിക്കുന്നു. അവളുടെ കൺമുന്നിൽ അത് ദൃശ്യങ്ങളായി
മാറുന്നു -

ഒഥല്ലോ : ബഹുമാനപ്പെട്ട ബ്രബാൻസിയോ. ഇപ്പോൾ
എനിക്കുതന്നെ വിശ്വാസം വരുന്നില്ല. ഡ്യൂക്ക്
എന്നെ വിശ്വസിച്ചേല്പിച്ച ചുമതലയല്ലേ? ഒരു

രാത്രി മുഴുവൻ ആ മലമടക്കുകളിൽ. കൂട്ടിന് കാസ്യോ മാത്രം. ഒന്നാലോചിച്ചുനോക്കൂ. ഏഴു പേർ ചേർന്നാണ് എന്നെ മലർത്തിയടിക്കാൻ ശ്രമിച്ചത്. ഒരു പക്ഷേ, ദൂരേക്ക് തെറിച്ചു വീഴു മായിരുന്നു. ബ്രബാൻസിയോ, പക്ഷേ, ഭാഗ്യം കൊണ്ട് അതുണ്ടായില്ല. എന്നെ എടുത്തെറി യാൻ ശ്രമിച്ച ഒരുവന്റെ കഴുത്തിനുതന്നെ പിടുത്തം കിട്ടി. അതൊരു പിടിവള്ളിയായി. അലറിവിളിച്ചുകൊണ്ട് അവൻ വീണു. കൈകളും വലംകാലും ഒരുമിച്ച് പ്രവർത്തിച്ചു. ഇടംകാൽ അമർത്തിനിന്ന് ഒന്നു വെട്ടിത്തിരി ഞ്ഞപ്പോൾ എന്നെ വട്ടം ചുറ്റിനിന്ന മൂന്നുപേർ തെറിച്ചുപോയി പാറയിടുക്കിൽ വീണു. അതാ യിരുന്നു വിജയത്തിന്റെ തുടക്കം.

-അണിയറയിലെ ഈ ശബ്ദങ്ങൾക്കിടയിൽ അരങ്ങിൽ അതിന്റെ ദൃശ്യങ്ങൾ കാണാം. ഒഥല്ലോ അരങ്ങിലേക്കുവരുന്നു. ഡെസ്ഡിമോണ അയാളെ ആവേശപൂർവ്വം തടയുന്നു -

ഡെസ്ഡിമോണ: അങ്ങു പോകരുത്. നില്ക്കൂ. അല്പനേരം എന്നോടൊപ്പം ചെലവഴിക്കൂ.

ഒഥല്ലോ : അതെന്താ ഒരു പുതിയ രീതിയിൽ.

ഡെസ്ഡിമോണ: ഒന്നുമില്ല. മിനിഞ്ഞാന്ന് തടാകക്കരയിൽ വച്ചു കണ്ടപ്പോൾ കാർമേഘങ്ങളെപ്പറ്റി പറഞ്ഞില്ലേ?

ഒഥല്ലോ : ങ്ഹാ, അതോ. അതപ്പോഴത്തെ മാനസികാവ സ്ഥയിൽ എന്തോ പറഞ്ഞു.... ഇപ്പോൾ?

ഡെസ്ഡിമോണ: ഇപ്പോൾ താങ്കൾ അച്ഛനോട് സംസാരിച്ചു കൊണ്ടുനിന്നപ്പോൾ അതത്രയും എനി ക്കോർമ്മ വന്നു. പുതിയ വർണ്ണങ്ങളിൽ പുതിയ വടിവുകളിൽ ആ വാക്കുകൾ.

ഒഥല്ലോ : നന്ദി..... അതൊക്കെ ഞാൻ വെറുതെ പറഞ്ഞ താണ്. അർത്ഥമില്ലാത്ത കാര്യങ്ങൾ.

ഡെസ്ഡിമോണ: ഇത്രയും ഔപചാരികത വേണ്ട. സ്നേഹ ത്തോടെ സംസാരിക്കുന്നതിന് ഞാൻ ആഗ്രഹി ക്കുന്നു. കാർമേഘപടലങ്ങളെ ഭൂതത്താൻ കെട്ടുകളുമായി ഇഴപിരിച്ച് സംസാരിച്ചത് ഞാനോർക്കുന്നു. എനിക്ക് എന്തുമാത്രം ആന ന്ദമാണ് ആ വാക്കുകൾ പ്രദാനം ചെയ്തത്. താങ്കളുടെ വാക്കുകളും ശരീരചലനങ്ങളു

	മെല്ലാം എന്നെ വശീകരിച്ചിരിക്കുന്നു. ഒഥല്ലോ.... താങ്കളൊരു വീരനാണ്. യഥാർത്ഥ വീരൻ. പറയൂ... ഞാൻ എന്റെ കാത് കുളുർപ്പിക്കട്ടെ. താങ്കളുടെ വാക്കുകൾ എത്ര കേട്ടാലും അധികമാവില്ല.
ഒഥല്ലോ:	ആവാം. പക്ഷേ, കഥകൾ വീണ്ടും പറയുന്നത് ആവർത്തനവിരസമല്ലേ?
ഡെസ്ഡിമോണ:	താങ്കൾ........ ഒരാൾക്കുമാത്രമായി വാക്കുകൾ കരുതിവെക്കുന്നു.... അല്ലേ?
ഒഥല്ലോ:	അതെയെങ്കിൽ?
ഡെസ്ഡിമോണ:	ഒന്നുമില്ല... ഞാനൊരു കൗതുകത്തിന് ചോദിച്ചതാണ്.
ഒഥല്ലോ:	എന്നെ വെറുമൊരു കൗതുകവസ്തുവായി കാണരുത്.
ഡെസ്ഡിമോണ:	അങ്ങനെയല്ല.
ഒഥല്ലോ:	ഞാൻ ചോദിക്കട്ടെ? ഒരാഴ്ച മുമ്പാണത്... ഓർത്തുവെച്ച് പറയുന്നതാണെന്ന് കരുതരുത്. ഒരു പക്ഷേ, അബദ്ധം പിണഞ്ഞതാവും. എന്നെ ലക്ഷ്യം വെച്ചതാവില്ല. ഡെസ്ഡിമോണ പിസറോ തെരുവിൽനിന്ന് അല്പം മാറി താഴ്‌വാരത്തിൽ നില്ക്കുകയായിരുന്നു. കൂട്ടുകാരികളും ഒപ്പമുണ്ടായിരുന്നു. കൊന്നമരത്തിൽ നിന്ന് ഒരു പൂങ്കുല ഒടിച്ചെടുത്ത് താഴേക്കെറിഞ്ഞു. എനിക്കുനേരെ അല്ലായിരിക്കാം. എന്നാലും വന്നുവീണത് എന്റെ മുഖത്താണ്. തിരിഞ്ഞുനോക്കിയപ്പോൾ ചിരിച്ചുകൊണ്ട് ഓടിപ്പോവുന്നത് കണ്ടു.
ഡെസ്ഡിമോണ:	ആര്?

-ഒഥല്ലോ ചിരിക്കുന്നു -

ഡെസ്ഡിമോണ:	ഇങ്ങനെ കളിയാക്കിച്ചിരിക്കാതിരിക്കൂ.
ഒഥല്ലോ:	കളിയാക്കുകയോ? അറിയാമല്ലോ ഞാനൊരു രസികനല്ല. വർണ്ണനാവൈഭവവും എനിക്കില്ല. പക്ഷേ, ഡെസ്ഡിമോണയെ ഇഷ്ടമാണെന്ന് പറയാൻ ഞാൻ ആഗ്രഹിക്കുന്നു.
ഡെസ്ഡിമോണ:	ഇഷ്ടം? എന്നുവച്ചാൽ....?
ഒഥല്ലോ :	അതെ... ഭവതി വിചാരിച്ചതുതന്നെ.
ഡെസ്ഡിമോണ:	ഒഥല്ലോ.... ഇക്കാര്യത്തിൽ എനിക്ക്.... പറഞ്ഞ്

	പറഞ്ഞ് ഇങ്ങനെയൊരു വഴിത്തിരിവിലാണോ നമ്മൾ എത്തിച്ചേർന്നത്?
ഒഥല്ലോ :	എന്താ, പാടില്ലാത്ത കാര്യമാണോ ഇത്?
ഡെസ്ഡിമോണ:	അങ്ങനെയല്ല. പക്ഷേ,....... ഓരോ സ്ത്രീയും അവൾക്കുവേണ്ട പുരുഷന്റെ കാര്യത്തിൽ സ്വന്തം അഭിപ്രായം സൂക്ഷിക്കുന്നുണ്ടാവില്ലേ?
ഒഥല്ലോ :	മറ്റൊരാളെ മനസ്സിൽ സൂക്ഷിക്കുന്നില്ലെന്നു തന്നെ ഞാൻ കരുതുന്നു.
ഡെസ്ഡിമോണ:	അതല്ല സത്യമെങ്കിലോ?
ഒഥല്ലോ :	എന്റെ വിചാരവും മോഹവുമാണ് ഞാൻ പറഞ്ഞത്. സത്യം വേറെയാണെങ്കിൽ.....?
ഡെസ്ഡിമോണ:	അതിന്..... നമുക്കുതമ്മിൽ എന്ത് ചേർച്ചയാണുള്ളത്?
ഒഥല്ലോ :	ചേരേണ്ടത് മനസ്സുകൾ തമ്മിലല്ലേ? അതിനു വേറെ തടസ്സങ്ങളില്ലെങ്കിൽ....?
ഡെസ്ഡിമോണ:	ആവോ എനിക്കറിഞ്ഞുകൂടാ... താങ്കളിപ്പോൾ പോകൂ.

-ഒഥല്ലോ വിഷാദത്തോടെ തിരിഞ്ഞു നടക്കുന്നു -

ഡെസ്ഡിമോണ:	അല്ലെങ്കിൽ.....
ഒഥല്ലോ : (പിന്തിരിഞ്ഞ്)	അല്ലെങ്കിൽ?
ഡെസ്ഡിമോണ:	ആഹ്ളാദം പൂത്തുലയുമ്പോൾ എന്നെ പിച്ചിക്കീറുമോ?
ഒഥല്ലോ :	ഇല്ല. എനിക്കൊരിക്കലും സ്വബോധം നശിക്കില്ല. അതാണെന്റെ ഏറ്റവും വലിയ സവിശേഷത. എന്നെ വിശ്വസിക്കാം.
ഡെസ്ഡിമോണ:	പോരാളിയല്ലേ. ദേഷ്യം വരുമ്പോൾ....
ഒഥല്ലോ :	ഭവതി എന്നെ ഭയക്കേണ്ടതില്ല. എനിക്ക് സ്നേഹിക്കാനറിയാം. വീട്ടിനകത്ത് പോരാട്ടമുണ്ടാവില്ല. നമ്മുടെ കലഹങ്ങൾ ഒരു ചുംബനത്തിലൊടുങ്ങും. ഒരുങ്ങിയിരുന്നോളൂ.

-അരങ്ങിൽ ആദ്യരംഗത്തിലെ ദൃശ്യങ്ങൾ. ഒഥല്ലോയുടെ വാക്കുകൾ അശരീരിയായി ആവർത്തിക്കപ്പെടുന്നു. ഡെസ്ഡിമോണ ആദ്യരംഗത്തിലെ വസ്ത്രധാരണത്തോടെ മുന്നോട്ടുവരുന്നു -

ഡെസ്ഡിമോണ:	ഒഥല്ലോ..... ഞാൻ.... ഞാൻ.... ഒരുങ്ങിയിരുന്നു. ചുംബനത്തിൽ ഒടുങ്ങാൻ.

രംഗം 3

-കാട്ടുപക്ഷികൾ അരങ്ങത്ത്-

പക്ഷികൾ :
കറുത്ത പാഠങ്ങൾ ഇവിടമൊക്കെയും
കറുത്ത പാഠങ്ങൾ
വെൺമകാക്കുമകങ്ങൾ തേടി
പറന്നുപോവുക.
പൊയ്ക്കഥകൾ വകഞ്ഞുമാറ്റി
നടന്നു നീങ്ങുക.

പക്ഷി 1 :
തടാകക്കരയിലും പിസറോ താഴ്‌വരയിലും...
പ്രണയത്തിന്റെ മൊട്ടുകൾ

പക്ഷി 2 :
മൊട്ടുകൾ വിടരാനുള്ളതാണ്. പ്രകൃതികാക്കു
മകങ്ങളിൽ ആദ്യമവ, ഒളിച്ചുപാർക്കുന്നു.
പിന്നെ പ്രകൃതി അവയിൽ സുഗന്ധപൂരിത
ലായിനി തളിക്കുന്നു.

പക്ഷി 3 :
തലച്ചോറിലെ ഭ്രാന്തുപോലെ പിന്നെയവ
കൈകാൽ വിടർത്തി ഇലകൾക്കുമീതെ എഴു
ന്നേറ്റു നില്ക്കുന്നു.

പക്ഷി 1 :
അപ്പോൾ നമ്മളിറങ്ങിവന്ന് അവയെ നിറ
ച്ചാർത്തിനാൽ പുതപ്പിക്കുന്നു.

പക്ഷി 2 :
നിറം മരണത്തിന്റെ പുതപ്പാണെന്ന് അവ
രുണ്ടോ അറിയുന്നു

പക്ഷി 3 :
പ്രണയത്തിൽ വിഷത്തുള്ളി വീഴ്ത്തി അവരെ
നമ്മുടേതാക്കുന്നു.

പക്ഷി 1 :
ഇയാഗോ ഒരു നിമിത്തം. അയാൾപോലും അത
റിയുന്നില്ല.

പക്ഷി 2 :
ഇയാഗോ അല്ലെങ്കിൽ വേറൊരാൾ. കാലമാപി
നിയാകുന്നു പ്രമാണം.

പക്ഷി 3 :
വേണമെങ്കിൽ ഇപ്പോൾ ഇവരോടെല്ലാം
പറയാം.

പക്ഷി 1 :
അനുവാദമില്ല. സമയമാണ് പ്രധാനം. ക്രമം
പാലിക്കാതെ ചെയ്താൽ ആ നിമിഷം നമ്മൾ
തിരിച്ചുവിളിക്കപ്പെടുമെന്നറിയില്ലേ?

പക്ഷി 2 :
കറുത്ത പാഠങ്ങൾ ഇവിടമൊക്കെയും
കറുത്ത പാഠങ്ങൾ
അഗ്നി പെയ്തിനി ഭൂമി വറ്റുവാൻ
കറുത്ത പാഠങ്ങൾ

പക്ഷി 3 :	സ്വപ്നം ദുഃസ്വപ്നമാക്കുക. സ്വർഗ്ഗത്തിന്റെ കൊന്നപ്പൂ കാട്ടി നരകവാതില്ക്കലെത്തിക്കുക.
പക്ഷി 1 :	പാവം മനുജരെന്തറിയുന്നു? നമ്മൾ തീർക്കുന്ന മായക്കാഴ്ചകൾ. അധികാര മുണ്ടായിരുന്നെങ്കിൽ നമുക്കൊന്ന് ഉറക്കെ ചിരിക്കാമായിരുന്നു.
പക്ഷി 2 :	പാടില്ല. ആ നിമിഷം തിരിച്ചുവിളിക്കപ്പെടും. നമ്മൾ തമ്മിൽ സംസാരിക്കുന്നതുപോലും അപകടം. പറഞ്ഞിട്ടില്ലേ... അക്ഷരങ്ങൾക്ക് അരികുഭേദിക്കാൻ വാസന കൂടും. അതുകൊണ്ട് പോകാം. വാ... വാ... കറുത്ത പാഠങ്ങൾ ഇവിടമൊക്കെയും കറുത്ത പാഠങ്ങൾ

രംഗം 4

-ഇയാഗോയും ഒഥല്ലോയും അരങ്ങിൽ-

ഇയാഗോ :	അതു ഞാൻ ഇഷ്ടപ്പെടുന്നില്ല.
ഒഥല്ലോ :	എന്ത്? എന്താണ് ഇഷ്ടപ്പെടാത്തത്?
ഇയാഗോ :	ഇല്ല പ്രഭോ. അതു ഞാൻ എന്നോടുതന്നെ പറഞ്ഞതാണ്.
ഒഥല്ലോ :	നോക്കൂ.... ഡെസ്ഡിമോണയുടെ മുറിയിൽ നിന്ന് പുറത്തുകടന്നതാരാണ്? കാസ്യോ അല്ലേ ?
ഇയാഗോ :	ഞാൻ ഒരു സംശയം തീർക്കട്ടെ. കുറച്ചു നാളായി അങ്ങനെ ഒന്ന് എന്റെ മനസ്സിൽ കിടന്നു കളിക്കുന്നു.
ഒഥല്ലോ :	പറയൂ.
ഇയാഗോ :	അങ്ങയുടെ പ്രേമബന്ധത്തെപ്പറ്റി അറിയുമായിരുന്നവർ ആരൊക്കെയാണ് ? അതിൽ കാസ്യോ പെടുമോ?
ഒഥല്ലോ :	സംശയമെന്ത് ? കാസ്യോ... ഞങ്ങൾക്കിടയിലെ ദൂതനായിരുന്നു. ഇപ്പോൾ ഇങ്ങനെയൊരു ചോദ്യത്തിന്റെ ഉദ്ദേശ്യം?
ഇയാഗോ :	ഒന്നുമില്ല. വെറുതെ ചോദിച്ചതാണ്.

ഒഥല്ലോ : വെറുതെയോ? ഞാനങ്ങനെ കരുതുന്നില്ല. എന്തോ പറയാൻ വിചാരിക്കുന്നു.

ഇയാഗോ : ഞാൻ ഒരു സംശയം തീർത്തതാണ്.

ഒഥല്ലോ : നിനക്കെന്നോട്.... സ്നേഹമുണ്ടെന്നാണ് വിചാരിച്ചത്.

ഇയാഗോ : സ്നേഹിക്കുന്നതുകൊണ്ടാണ് ഞാൻ ..... ഇല്ല..... കാസ്യോ സത്യസന്ധനാണെന്നുതന്നെ ഞാൻ വിചാരിക്കുന്നു.

ഒഥല്ലോ : (ശബ്ദമുയർത്തി) ഇയാഗോ....

ഇയാഗോ : മനുഷ്യർ എന്തായി കാണപ്പെടുന്നുവോ അതുതന്നെയായിരിക്കണം.

ഒഥല്ലോ : താങ്കൾ മറയ്ക്കാൻ ശ്രമിക്കുന്നതിനെ എന്റെ ചിന്തകൾ തേടുന്നു. ചീത്ത വിചാരങ്ങൾ ചീത്ത വാക്കുകളാൽതന്നെ പറയൂ.

ഇയാഗോ : ഞാൻ താങ്കളെ സ്നേഹിക്കുന്നു. അതിനാൽ.... താങ്കളിൽ നിന്ന് എന്തെങ്കിലും മറയ്ക്കാൻ എന്നെക്കൊണ്ടാവില്ല. ദുഃശങ്ക ഒരു പിശാചാണ്. ആരെയും പിച്ചിച്ചീന്താൻ കെല്പുള്ള ഒരു പിശാച്.

ഒഥല്ലോ : എന്നിലിങ്ങനെ സംശയം കുത്തിനിറച്ച് കൊല്ലാൻ ശ്രമിക്കരുത്.

ഇയാഗോ : ഒരു പ്രിയപ്പെട്ട സ്നേഹിതനോടെന്നപോലെ ഞാൻ പറയട്ടെ.

ഒഥല്ലോ : പറഞ്ഞു തുലയ്ക്ക്... ഇനി ഒരു നിമിഷനേരം പോലും കാത്തുനില്ക്കാൻ എനിക്കു വയ്യ. എന്നെ അതിരിനപ്പുറത്തേക്ക് നയിക്കരുത്.

ഇയാഗോ : ഞാൻ പറയാം. ഞാൻ അത് നേരെതന്നെ പറയാം. അങ്ങ്... ഭാര്യയെ സൂക്ഷിക്കണം. അതാണ് ഞാൻ പറയാൻ വിചാരിച്ച ഏക സംഗതി. കാസ്യോ നിങ്ങളുടെ ജീവിതത്തിലേക്ക് കടന്നുവരാതെ നോക്കണം. അതു വേണം.

ഒഥല്ലോ : അതാണോ, അതുതന്നെയാണോ താങ്കൾ പറയുന്നത്? അതുതന്നെയാണോ പറയാൻ ഉദ്ദേശിച്ചത്? എങ്കിൽ .... എങ്കിൽ... എനിക്ക് ഇയാഗോ എന്ന സ്നേഹിതനെ കൊല്ലാതെ തരമില്ല.

ഇയാഗോ : തെറ്റ് എന്റേതാണ്. അങ്ങയോടുള്ള സ്നേഹം നിമിത്തം ഞാൻ കുഴപ്പം പിടിച്ചവനായി മാറി

യിരിക്കുന്നു. അങ്ങയെ വഴിവിട്ടു സ്നേഹിച്ച കുറ്റത്തിന് എനിക്കു മാപ്പു തരണം.

ഒഥല്ലോ : നീ ഒന്നും പറഞ്ഞില്ല. എന്റെ ഹൃദയത്തിൽ സംശയത്തിന്റെ പുക ഊതി നിറച്ച് നീ സ്വസ്ഥനായി നില്ക്കുന്നു. ഇയാഗോ, ഇത് ആർക്കും ചേർന്ന പ്രവൃത്തിയല്ല. ഞാൻ എന്തുവേണമെന്ന് നീ തന്നെ പറഞ്ഞുതരൂ.

ഇയാഗോ : താങ്കളിൽ സംശയം ജനിപ്പിക്കുക എന്റെ ലക്ഷ്യമായിരുന്നില്ല. ചില വസ്തുതകൾ.. ജീവൻ തുടിക്കുന്ന ചില വസ്തുതകൾ എന്റെ മനസ്സിൽ കിടന്ന് പിടയ്ക്കുന്നുണ്ട്. അതിനെ പുറത്തുകളയാതെ വയ്യ. കാര്യത്തിന്റെ കാതൽ ഞാൻ വെളിപ്പെടുത്തിക്കഴിഞ്ഞു.

ഒഥല്ലോ : പക്ഷേ, ഇയാഗോ... അവൾക്കെന്നെ വഞ്ചിക്കാൻ കഴിയില്ല. ഞാൻ സംശയിക്കുന്നില്ല. തരിമ്പും സംശയിക്കുന്നില്ല. താങ്കൾ എന്തോ അബദ്ധത്തിൽ കുടുങ്ങിയതാവണം. ഞാൻ സംശയിച്ചാൽ ശരിയാവില്ല. കണ്ണില്ലാതെയാണോ എന്നെയവൾ ഭർത്താവായി തെരഞ്ഞെടുത്തത്? വെറും പ്രേരണകൊണ്ടുമാത്രം ഇതൊക്കെ നടക്കുമോ? താല്ക്കാലികമായ ഭ്രമംകൊണ്ട്. വെറും ഭ്രമം കൊണ്ട് ഇങ്ങനെയൊക്കെ സംഭവിക്കുമോ? എന്നിൽ സംശയത്തിന്റെ ചെളി അടിഞ്ഞുകൂടുന്നുവെങ്കിൽ സ്നേഹത്തിന്റെ നീർച്ചാൽ തുറന്നുവിട്ട് ഞാനത് കഴുകിക്കളയും. അല്ലെങ്കിൽ... അല്ലെങ്കിൽ ആ സ്നേഹബന്ധത്തെ ചെളിക്കുണ്ടിൽ വെട്ടിമൂടും.

ഇയാഗോ : ആദ്യം പിതാവിനെ വഞ്ചിച്ചു. ഇനി അവൾക്കതെളുപ്പമാണ്. താങ്കൾക്ക് ഒരു വിവരം എത്തിച്ചുതരികയായിരുന്നില്ല എന്റെ ദൗത്യം. എന്റെ ഉള്ളിലുള്ളതിനെ പുറത്തിടുകയായിരുന്നു. അവൾ വിശ്വസ്തയായിത്തന്നെ എന്നും കഴിയട്ടെ. അവൾ വിശ്വസ്തയാണെന്നു കരുതാൻ അങ്ങും.

ഒഥല്ലോ: ഇന്നലെ രാത്രിയിൽ ഞാൻ നന്നായി ഉറങ്ങി. അവളോട് എത്ര നന്നായിട്ടാണ് ഞാൻ പെരുമാറിയത്! അവളുടെ ചുണ്ടുകളിൽ കാസ്യോയുടെ ചുംബനങ്ങൾ പതിഞ്ഞതിനെപ്പറ്റി എന്റെ

മനസ്സ് അന്വേഷിച്ചില്ല. ഒരുവൻ അപഹരിക്ക പ്പെടാം. അപഹൃത വസ്തുക്കളുടെ അഭാവം അവനറിയുന്നില്ലെങ്കിൽ അവനോടതിനെപ്പറ്റി പറയരുത്.

ഇയാഗോ : (ആത്മഗതം) ഇല്ല. തീർന്നുപോയി. നിന്റെ സമാധാനവും ഉറക്കവും ഇതോടെ തീർന്നു. ലോകത്തിലെ എല്ലാ ശമനൗഷധങ്ങളും കഴിച്ചു കൊൾക. എന്നാലും ഇന്നുരാത്രിയിൽ നിനക്ക് ഉറക്കമുണ്ടാകില്ല.

ഒഥല്ലോ : പോടാ. പൊയ്ക്കോ. നീയെന്നെ പീഡനയന്ത്ര ത്തിൽ കിടത്തിയിരിക്കുന്നു. കൂടുതൽ വഞ്ചി ക്കപ്പെടുന്നതാണ് വഞ്ചനയെപ്പറ്റി അല്പമറിയു ന്നതിലും ഭേദം.

ഇയാഗോ : (ആത്മഗതം) ഇത്രയും മതി. ഇനിയെനിക്ക് അടുത്ത ആയുധമെടുക്കാം.

ഒഥല്ലോ : ദുഷ്ടാ. നിന്നെ ഞാൻ വെറുതെ വിടുമെന്ന് കരുതുന്നോ. എനിക്ക് തെളിവു വേണം. കാണ ത്തക്ക തെളിവ് നീ തരണം. നീ പറഞ്ഞ കാര്യ ങ്ങളുടെ ഗൗരവം നിനക്കു മനസ്സിലായിട്ടില്ല. നീയെന്താണ് വിചാരിച്ചത്? മരണമില്ലാത്ത മനു ഷ്യാത്മാവിനെ മുൻനിർത്തി ഞാൻ പറയുന്നു. എനിക്ക് തെളിവ് വേണം. എന്റെ കോപത്തി നിരയാവുന്നതിലും ഭേദം നീയൊരു പട്ടിയായി ജനിക്കുന്നതായിരുന്നു.

ഇയാഗോ : (കരഞ്ഞുകൊണ്ട്) ദൈവമേ... എന്നെ രക്ഷി ക്കേണമേ. തുറന്ന മനഃസ്ഥിതിയും സത്യസന്ധ തയും അപകടം വരുത്തും.

ഒഥല്ലോ : നീ സത്യസന്ധനാണോ?

ഇയാഗോ : ഡെസ്ഡിമോണയുടെ വഞ്ചന നേരിട്ടു ബോദ്ധ്യപ്പെടുത്തട്ടെ?

ഒഥല്ലോ : ശരി. അതും നടക്കട്ടെ.

ഇയാഗോ : അവളുടെ കൈയിൽ ഒരു തൂവാല കണ്ടിട്ടില്ലേ? ഞാവൽപ്പഴങ്ങൾ തുന്നിച്ചേർത്തത്?

ഒഥല്ലോ : അത്...?

ഇയാഗോ : കാസ്യോ... അതുപോലുള്ള ഒരു തൂവാല കൊണ്ട് താടി തുടയ്ക്കുന്നതിനെപ്പറ്റി ആലോ ചിച്ചുനോക്കൂ.

ഒഥല്ലോ : ഇയാഗോ

ഇയാഗോ : ഇനി ഏതുവിധം ഞാൻ ബോദ്ധ്യപ്പെടു

	ത്തണം? അവൻ അവളുടെ മുകളിൽ കിടന്നു ഇണചേരുമ്പോൾ ഒരു കങ്കാണിയെപ്പോലെ വാ പൊളിച്ച് നോക്കിനിന്നുകൊണ്ട് ആ രംഗം കാണാൻ അങ്ങേക്കിഷ്ടമാണോ?
ഒഥല്ലോ :	അവളെ ഞാൻ തുണ്ടം തുണ്ടമായി വലിച്ചു കീറും.

-മോഹാലസ്യപ്പെട്ട് വീഴുന്നു. ഇയാഗോ പൊട്ടിച്ചിരിക്കുന്നു. ആദ്യ രംഗത്തിലെ ദൃശ്യങ്ങൾ. ഇയാഗോ ആദ്യരംഗത്തിലെ വസ്ത്രധാരണ ത്തോടെ മുന്നോട്ടുവരുന്നു-

ഇയാഗോ :	വലിച്ചുകീറി... എന്നെയും .... തുണ്ടം തുണ്ട മായി. പട്ടിയെപ്പോലെ ചോരവാർന്ന് ഞാൻ തെരുവിൽ. ഒഥല്ലോ നീ പറഞ്ഞതെല്ലാം അതേപടി .... ഈ മരണമൊഴിച്ച്......

രംഗം 5

-കാട്ടുപക്ഷികൾ അരങ്ങത്ത്-

പ്രണയസാഗരം വറ്റുമോ
മരണസാഗരമിരമ്പുമോ
അമൃതധൂളിക്കടിയിലായ്
സംശയത്തിര വരികയായ്

പക്ഷി 1 :	എല്ലാം ചെയ്തുവെച്ചിട്ട് മാറി നിന്ന് ചിരിക്കുന്ന നമ്മൾ
പക്ഷി 2 :	ഇതു ശരിയോ......
പക്ഷി 3 :	ശരിയും തെറ്റും തീരുമാനിക്കാനുള്ള അധികാരം നമുക്കുണ്ടായിരുന്നെങ്കിൽ ലോകം ഇങ്ങനെയാകുമായിരുന്നില്ല.
പക്ഷി 1 :	അതുതന്നെ. തനിത്തങ്കം കൈവെള്ളയിലിട്ടു തിരുമ്മിയിട്ട് കരിക്കട്ടയെന്നുപറയാൻ ഒഥല്ലോയ്ക്കകത്ത് കടന്നുനിന്നത് നമ്മൾ.
പക്ഷി 2 :	അധികാരവും കൊതിയും വെറുപ്പുമില്ലാത്തവർ നമ്മൾ. ഇതൊരു തേർവാഴ്ചയല്ല. പക്ഷി വാഴ്ച.
പക്ഷി 3 :	നമ്മൾ വെറും പക്ഷികളല്ല. യമദൂതന്മാരായ

	കാട്ടുപക്ഷികൾ.
പക്ഷി 1 :	ഒരു വസ്തു അപഹരിക്കപ്പെടാം, അപഹൃത വസ്തുവിനെപ്പറ്റി ഉടമസ്ഥനൊന്നുമറിയില്ലെങ്കിൽ....
പക്ഷി 2 :	ആശയം നമ്മുടേത്. ഒഥല്ലോയുടെ തലച്ചോറിൽ നമ്മളത് തുളച്ചുകയറ്റി.
പക്ഷി 3 :	നമ്മുടെ തൂവൽസ്പർശം കൊണ്ടെന്നറിയാതെ ഇയാഗോ മിന്നിനിന്നു.
പക്ഷി 1 :	തൂവാലയുടെ കാര്യമാണ് കൗതുകം.
പക്ഷി 2 :	യമരാജന്റെ ഒരു തൂവാലയ്ക്ക് എന്തെല്ലാം അർത്ഥങ്ങൾ. അതുകൊണ്ടെന്തെല്ലാം പ്രയോജനങ്ങൾ.
പക്ഷി 3 :	തൂവാല മുഖം തുടയ്ക്കാനുള്ള തുണിയാണെന്നു കരുതുന്ന പാവം മനുഷ്യർ എന്തെന്തബദ്ധങ്ങളിലാണ് ചെന്നു ചാടുന്നത്?
പക്ഷി 1 :	സ്വയമറിയാതെ ഉള്ളിൽ മുളച്ചുപൊന്തിയ അസൂയയാൽ ഒരാൾ.
പക്ഷി 2 :	ഉള്ളിൽ കൊലപാതകത്തിന്റെ വേര് മുളപ്പിച്ചെടുത്ത മറ്റൊരാൾ.
പക്ഷി 3 :	സൗന്ദര്യം ദുരിതപൂരിതമെന്ന് കണ്ട അടുത്തയാൾ.
പക്ഷി 1 :	ബഹുകേമം.... നമ്മുടെ ഈ യാത്ര. ബഹുകേമം....
പക്ഷികൾ :	(ഒന്നിച്ച്) പ്രണയസാഗരം വറ്റുമോ മരണസാഗരമിരമ്പുമോ അമൃതധൂളിക്കടിയിലായ് സംശയത്തിര വരികയായ്

രംഗം 6

-അരങ്ങിൽ ആദ്യ രംഗത്തിലെന്ന വിധം മൂന്നുപേർ-

ഡെസ്ഡിമോണ:	ലോകത്തെക്കുറിച്ച് ഞാൻ മനസ്സിൽ കരുതിയതൊക്കെ അബദ്ധങ്ങൾ. ഞാനൊരു വിഡ്ഢിപ്പെണ്ണായിരുന്നു. എന്റെ സുന്ദര മിഴികളാൽ കണ്ട കാഴ്ചകളായിരുന്നില്ല യഥാർത്ഥ കാഴ്ചകൾ. സ്നേഹത്തിന് മാത്രമുള്ളതാണ് ലോകമെന്ന് ഞാനെങ്ങനെയാണ് ധരിച്ചുവശായത്? അസൂയ, പെരുംനുണകൾ, കുടിലവൃത്തി

	കൾ.... എല്ലാം ഞാൻ അറിയണമായിരുന്നു. സ്നേഹം കൊണ്ടുമാത്രം ജീവിക്കാനാവി ല്ലെന്ന്, സൗന്ദര്യംകൊണ്ടുമാത്രം ലോകത്ത് നില്ക്കാനാവില്ലെന്ന് ഞാനറിയണമായിരുന്നു. ഞാൻ.... ഞാൻ.... കൂടുതൽ ചിലത് അറിയ ണമായിരുന്നു.

-ഡെസ്ഡിമോണ ആദ്യരംഗത്തിലേതുപോലെ വസ്ത്രം ധരിച്ച് മുന്നിൽ വന്നിരിക്കുന്നു. ഒഥല്ലോ അവൾക്കരികിലേക്കുവരുന്നു. അവളെ വീക്ഷിക്കുന്നു.-

ഒഥല്ലോ :	എന്തുപറയുന്നു? സുഖമോ? നിന്റെ കൈ തരൂ.

-ഒഥല്ലോ ഡെസ്ഡിമോണയുടെ അരികിലിരിക്കുന്നു. അവളുടെ കൈ സ്വന്തം കൈകളിലെടുക്കുന്നു. തഴുകിക്കൊണ്ടിരിക്കുന്നു. പെട്ടെന്ന് കൈ വിടുന്നു

ഡെസ്ഡിമോണ :	എന്തു പറ്റി?
ഒഥല്ലോ :	നിന്റെ കൈകൾ ചൂടുള്ളതാണ്.
ഡെസ്ഡിമോണ:	അത് അങ്ങയുടെ കൈകൾ തണുത്തതായതു കൊണ്ട് തോന്നുന്നതാണ്.
ഒഥല്ലോ :	നിനക്കപ്പോൾ എല്ലാമറിയാം.
ഡെസ്ഡിമോണ :	അതെ, എനിക്കറിയാം. പക്ഷേ, നിങ്ങളുടെ കോപകാരണം മാത്രം എനിക്കറിഞ്ഞുകൂടാ.
ഒഥല്ലോ :	എനിക്കെന്തോ വല്ലാത്ത ജലദോഷം. തൂവാല കൊണ്ടുവരൂ.

-ഡെസ്ഡിമോണ തൂവാലയുമായെത്തുന്നു. തൂവാല കൈമാറാൻ ശ്രമിക്കുന്നു-

ഒഥല്ലോ :	ഞാൻ തൂവാലയാണ് ചോദിച്ചത്.
ഡെസ്ഡിമോണ:	ങ്ഹാ, അതോ. അതെവിടെയെങ്കിലും കാണും. ഇപ്പോഴിതെടുത്തോളൂ. പിന്നെ... ഒഥല്ലോ... ഞാൻ പറഞ്ഞ കാര്യം എന്തായി... കാസ്യോ യെ ഉടനെ തിരിച്ചെടുക്കണം. ഇനിയതിന് അമാന്തമരുത്.
ഒഥല്ലോ :	(കടുത്ത കോപത്തോടെ) ആ തൂവാലയെ വിടെ?

-ഡെസ്ഡിമോണ ഒഥല്ലോയോട് ചേർന്നുനിന്ന് കൊഞ്ചുന്നു-

ഡെസ്ഡിമോണ: ഒരു തൂവാലയുടെ കാര്യത്തിൽ എന്താണിത്ര വാശി? അതുപോട്ടെ.... എപ്പോഴെങ്കിലും അത് നോക്കിയെടുക്കാം. ഇപ്പോൾ കാസ്യോയുടെ കാര്യം പറയൂ.

ഒഥല്ലോ : കാസ്യോ......

ഡെസ്ഡിമോണ: നിങ്ങൾക്കെന്തോ പറ്റിയിട്ടുണ്ട്. എന്താണെങ്കിലും എന്നോടു പറയൂ. ഞാൻ കൂടെയില്ലേ?

ഒഥല്ലോ : നീ കൂടെയില്ലാതാവാൻ പോകുന്നു... അതിൽ നോക്കി ഹൃദയം വായിക്കാൻ പറ്റുമായിരുന്നു. എന്റെ ഭാര്യക്ക് സമ്മാനിക്കാൻ അമ്മ ഏല്പിച്ച സമ്മാനം. അതു നഷ്ടപ്പെട്ടാൽ ഭാര്യാ-ഭർതൃ ബന്ധം തകരും. പോ... എവിടെയാണെങ്കിലും ആ തൂവാലയെടുത്തിട്ടു വാ...

ഡെസ്ഡിമോണ : നിങ്ങൾക്ക് ഭ്രാന്താണ്. ഒരു തൂവാലയിലാണോ ബന്ധം?

ഒഥല്ലോ : പോ... തൂവാല കൊണ്ടുവാ...

ഡെസ്ഡിമോണ : ഞാൻ പറഞ്ഞില്ലേ?

ഒഥല്ലോ: *(ഉറക്കെ)* കൊണ്ടുവരാൻ

ഡെസ്ഡിമോണ : ഇപ്പോൾ ഞാനതു കൊണ്ടുവരില്ല. ഇങ്ങനെ ദേഷ്യപ്പെടുന്നതെന്തിനാണ്?

ഒഥല്ലോ : എന്താ പറഞ്ഞത്... അപ്പോ ... നിനക്കറിയാം. അല്ലെങ്കിൽ... വേണ്ട... വേണ്ട... തൂവാല കൊണ്ടുവാ...നിനക്ക് ... നിനക്ക് ഭ്രാന്തുപിടിക്കണം. ഞാൻ നിന്റെ കണ്ണുകളൊന്നു കാണട്ടെ.... അടുത്തു വാ....

- ഡെസ്ഡിമോണ അടുത്തുചെല്ലുന്നു. അവളുടെ കണ്ണുകളിലേക്കയാൾ തറഞ്ഞു നോക്കുന്നു -

ഒഥല്ലോ : ഹോ... ഭയാനകം... ഞാൻ... ഞാൻ....

- അലർച്ചയോടെ അയാൾ പുറത്തേക്കോടുന്നു -

രംഗം 7

-കാട്ടുപക്ഷികൾ അരങ്ങത്ത്-
ശൂന്യത വന്നു വിളിക്കുന്നു
പറവകൾ ഞങ്ങൾ വാഹകരാം

മരണത്തീയിൽ കിടക്കൂ വേഗം
സമയം പോവതു കണ്ടില്ലേ

പക്ഷി 1 : നമ്മൾ വന്നതെന്തിനെന്നോർക്കണം.

പക്ഷി 2 ; സൗന്ദര്യത്തിലും ഭ്രാന്തിലും മനസ്സിൽനിന്നൊഴുകിയിറങ്ങുന്ന അസൂയയിലും ഭ്രമിച്ച് ജോലി വൈകിക്കരുത്.

പക്ഷി 3 : അതെ, സമയമായി നമ്മൾ വിചാരിച്ചതുപോലെതന്നെ കലാശം.

പക്ഷി 1 : ആർക്കും സ്വത്വബോധമുണർന്നില്ല. അവനവന്റെ സ്വഭാവത്തിലേക്ക് തിരിച്ചുപോവാൻ മൂവരും ആഗ്രഹിക്കുന്നതുപോലുമില്ല.

പക്ഷി 2 : സമ്പൂർണ്ണ വിജയമീദൗത്യം.

പക്ഷി 3 : മരണരംഗം കഴിഞ്ഞാൽ തിരിച്ചുപറക്കാം. ആകാശത്തിനുമപ്പുറം അവർ നമ്മെ കാത്തിരിക്കുന്നു.

പക്ഷി 1 : ഒഥല്ലോയെ ഞാനെടുക്കാം.

പക്ഷി 2 : ഞാൻ ആ സൗന്ദര്യധാമത്തെയും

പക്ഷി 3 : ഇയാഗോ എന്റെ ചിറകിലേറട്ടെ.

പക്ഷി 1 : ഭാരമില്ലാർക്കും. ശരീരം മാത്രമല്ല വികാരങ്ങളും വിചാരങ്ങളും വിടപറയുന്നു.

പക്ഷി 2 : ആകർഷണവലയം ഛേദിച്ച് അകത്തുള്ളതെല്ലാം എങ്ങോ പോയ് മറയുന്നു.

പക്ഷി 3 : ഇനി എല്ലാമെളുപ്പം, നമുക്കൊരുങ്ങാം.

പക്ഷികൾ : *(ഒന്നിച്ച്)*
ആടകളാഭരണങ്ങൾ വേണ്ട
വന്നുകിടക്കൂ വൈകാതെ
അംബരചാരികൾ ഞങ്ങളൊരുങ്ങി
നിങ്ങളുമായിമടങ്ങീടാൻ

രംഗം 8

- ഡെസ്ഡിമോണ കാണികൾക്കുനേരെ മുഖം തിരിച്ച് കണ്ണടച്ച് ചെരിഞ്ഞു കിടക്കുന്നു. പിറകിൽനിന്ന് ഒഥല്ലോ സാവധാനം നടന്നു വരുന്നു-

ഒഥല്ലോ : (ഭ്രാന്തമായി പുലമ്പിക്കൊണ്ട് പ്രവേശിക്കുന്നു) കത്തിയുടെ കൂർത്ത മുന. ചാഞ്ചല്യമില്ലാത്ത കണ്ണുകൾ. ഒരു നിലവിളി.... പാട്ടുകേൾക്കു

ന്നത് മരണത്തിന്റെയാവാം. നീ നിന്റെ പിതാവിനെ വഞ്ചിച്ചു. എന്നെയും. നിന്റെ സൗന്ദര്യം എന്നെ വലിച്ചിഴച്ച് കൊണ്ടുപോകുന്നു. കാട്ടുതീ പോലെ ആരെയും പിടികൂടുന്ന സൗന്ദര്യം. നിന്റെ ചിരിക്കുമീതെ പൊയ്മുഖങ്ങളില്ല. നീ വിശ്വസ്തയായിരിക്കാം. ഞാൻ നിന്റെ ചീത്ത ചെയ്തികളൊന്നും കണ്ടിട്ടില്ല. ആ അവിഹിതമായ ചുംബനം.... അല്ലെങ്കിൽ കിടക്കയിൽ കാസ്യോയുമായി നഗ്നശയനം... തെറ്റു ചെയ്യാൻ ഉദ്ദേശിക്കാതെ മണിക്കൂറുകളോളം അങ്ങനെ കിടക്കുമെന്ന് ഞാൻ വിശ്വസിക്കണോ?

- ഡെസ്ഡിമോണ സ്വന്തം വാക്കുകളെ നിയന്ത്രിച്ചടക്കി അനക്കമില്ലാതെ കിടക്കുന്നു. കണ്ണുകൾ തുറക്കുന്നു-

നിന്റെ സൗന്ദര്യത്തെ ഞാനെന്റെ ഹൃദയത്തിൽ നിന്ന് മായ്ച്ചുകളയും. ഇപ്പോഴും നിന്റെ കണ്ണുകൾ തുറന്നുതന്നെയിരിക്കുന്നു. പക്ഷേ, അത് എന്നെന്നേക്കുമായി അടയാൻ പോവുകയാണ്. കാമത്തിന്റെ കറകൊണ്ടു പങ്കിലമായ നിന്റെ കിടക്കയിൽ ജീവരക്തത്തിന്റെ കറ പിടിക്കാൻ പോകുന്നു. വഞ്ചനയല്ല... അതല്ല നിന്റെ പാതകം. സൗന്ദര്യംകൊണ്ടു നീ മരിക്കുന്നു. എനിക്കു മുമ്പേ അവിടെ എത്തിനില്ക്കാനായി നീ മരിക്കുന്നു. നീ നിന്റെ പാപങ്ങളെക്കുറിച്ച് ചിന്തിക്ക്. മാപ്പിരക്കാൻ വയ്യാത്ത എന്തെങ്കിലും പാപം നീ ചെയ്തിട്ടുണ്ടെങ്കിൽ... അതിന്റെ പേരിൽ പ്രാർത്ഥിക്ക്. കാസ്യോ പറയുന്നു നിന്നെ അവിഹിതമായി ഉപയോഗിച്ചെന്ന്. അതിന്റെ പേരിലല്ല. സൗന്ദര്യത്തിന്റെ പേരിൽ... നീ മരിക്കുന്നു. പ്രാർത്ഥിക്ക്. ഡെസ്ഡിമോണ... നിനക്കായി... എന്റെ അവസാന ചുംബനം. ഞാൻ വാക്കുപാലിക്കുന്നു. എല്ലാം... ഒരു ചുംബനത്തിലൊടുങ്ങുന്നു.

- അരങ്ങിൽ വലതുഭാഗത്ത് ഒരു ഇടിക്കൂട് തെളിയുന്നു. ഇടിക്കൂടിനകത്ത് ഇയാഗോയും മൂന്നുപേരും. ഓരോരുത്തരായി ഇയാഗോവിനെ ഇടിക്കുന്നു. അസൂയയെ... തല്ലിക്കൊല്ലുന്നു. ദൈവത്തിനു നന്ദി.

പിശാചിനു നന്ദി. എന്നിങ്ങനെ ഓരോന്നു വിളിച്ചുപറഞ്ഞുകൊണ്ടാണ് ഓരോരുത്തരും ഇടിക്കുന്നത്-

ഇയാഗോ :   എന്നെ കൊല്ലരുത്....

- ഓരോ ഇടിക്കും ഇങ്ങനെ മറുപടി പറയുന്നു -

എന്നെ ഒഥല്ലോയ്ക്കു നല്കുക. ജീവനോടെ ഒഥല്ലോയ്ക്കു മാത്രമായി നല്കൂ. ലോക നിയമം അതാണ്. എന്നെ കൊല്ലേണ്ടത് ഒഥല്ലോയാണ്. എന്നെപ്പോലെ നിങ്ങളും പാപിക ളാവരുത്. ഡെസ്ഡിമോണയ്ക്കു ശേഷമാണ് എന്റെ മരണം. ഒഥല്ലോയാണ് എന്നെ കൊല്ലുക. ദയവായി നിയമം തെറ്റിക്കരുത്. ഒഥ ല്ലോ... എന്നെ കൊല്ലൂ... എന്നെ... കൊല്ലൂ....

- മരിച്ചുവീഴുന്നു -

- ഇതേസമയം തന്നെ അരങ്ങിൽ മറുവശത്ത് ഒഥല്ലോ ഡെസ്ഡി മോണയെ തുണ്ടം തുണ്ടമായി കടിച്ചുകീറുന്നു -

ഡെസ്ഡിമോണ: തെറ്റു ചെയ്യാതെയാണ് ഞാൻ മരിക്കുന്നത്. ഇപ്പോൾ എന്റെ ശരീരത്തിന് ചൂടുണ്ടോ... ഞാൻ പതിവ്രതയാണ്. ഞാനിപ്പോഴും സ്നേ ഹിക്കുന്നു.

- ഡെസ്ഡിമോണ മരിക്കുന്നു -

- ഒഥല്ലോ പിൻതിരിഞ്ഞ് രണ്ടോ മൂന്നോ അടിവയ്ക്കുന്നു. കാട്ടു പക്ഷികൾ മൂന്നും ചേർന്ന് അയാളുടെ ശിരസ്സിലൂടെ കറുത്ത ദ്രാവകം ഒഴിക്കുന്നു. അയാൾ മലർന്നടിച്ചുവീഴുന്നു. ഒഥല്ലോ, ഡെസ്ഡിമോണ, ഇയാഗോ എന്നിവരെ ചിറകിലേറ്റി പക്ഷികൾ പറക്കാൻ തുടങ്ങുന്നു.

പഠനം

ടി ടി പ്രഭാകരൻ

വിശ്വപ്രസിദ്ധ നാടകകൃത്തും കവിയുമായ വില്യം ഷേക്സ്പിയർ 17-ാം നൂറ്റാണ്ടിന്റെ ആദ്യപാദത്തിലെഴുതിയ *ഒഥല്ലോ* എന്ന കൃതിയെ ആസ്പദമാക്കിയാണ് എം എൻ വിനയകുമാർ *യമദൂത്* എന്ന നാടകം രചിച്ചിട്ടു ള്ളത്. ഷേക്സ്പിയറുടെ നാലോ അഞ്ചോ മഹത്തായ ദുരന്തനാടകങ്ങളിലൊന്നാണ് *ഒഥല്ലോ.* അദ്ദേഹത്തിന്റെ ഏറ്റവും ശ്രേഷ്ഠമായ കൃതിയാണ് *ഒഥല്ലോ* എന്നു കരുതുന്നവർ കുറവാണെ ങ്കിലും, മികച്ച ഒരു നാടകമാണതെന്ന കാര്യത്തിൽ ആസ്വാദകർക്ക് വിയോജിപ്പില്ല. തിയേറ്റർ എന്ന നിലയ്ക്ക് അദ്ദേഹത്തിന്റെ ഏറ്റവും മികച്ച സൃഷ്ടിയാണത് എന്നു കരുതുന്നവരുണ്ട് എന്ന വസ്തുതയും ഓർ ക്കണം. മറ്റു നാടകങ്ങളിൽനിന്നു വ്യത്യസ്തമായി *ഒഥല്ലോ*യുടെ പ്രമേയം പ്രണയത്തിന്റെയും ദാമ്പത്യത്തിന്റെയും സംശയാലുത്വത്തിന്റെയും ദാമ്പത്യ പരാജയത്തിന്റെയും ഒക്കെ കഥയാണ് പറയുന്നത്. അധികാരം, ആക്രമണം, സൈനിക നീക്കങ്ങൾ, ഇടപെടലുകൾ, രാജ്യസുരക്ഷ എന്നിവയെല്ലാം ഇതിന്റെ പ്രമേയത്തിൽ ഉള്ളടങ്ങിയിരിക്കുന്നുണ്ടെങ്കിലും കഥയുടെ ഗതിയെ നിയന്ത്രിക്കുന്ന മുഖ്യഘടകം പ്രണയവും അതിനെ ത്തുടർന്നുണ്ടാകുന്ന ദാമ്പത്യവും അതിലുണ്ടാകുന്ന പൊരുത്തക്കേടു കളുമൊക്കെയാണ്. അതുകൊണ്ടുതന്നെ *ഒഥല്ലോ* എന്ന ഷേക്സ്പിയർ നാടകം എല്ലാകാലത്തും സമകാലികമാവുന്ന വിധത്തിൽ പ്രസക്തമായി ത്തീരുന്നു.

എം എൻ വിനയകുമാർ *ഒഥല്ലോ*യെ അടിസ്ഥാനമാക്കി *യമദൂത്* എന്ന പുതിയൊരു നാടകം സൃഷ്ടിക്കുമ്പോൾ എക്കാലത്തും സമകാ ലികമാകുന്ന ഈ ഒരു പ്രസക്തികൊണ്ടു തന്നെയാണ് ശ്രദ്ധേയമാ കുന്നത്. *യമദൂത്* എന്ന നാടകത്തിൽ ഷേക്സ്പിയറിന്റെ *ഒഥല്ലോ*യിലെ

പ്രധാനപ്പെട്ട മൂന്നു കഥാപാത്രങ്ങൾ മാത്രമാണ് പ്രത്യക്ഷപ്പെടുന്നത്. 'ഒഥല്ലോ', 'ഡെസ്ഡിമോണ', 'ഇയാഗോ' എന്നിവർ മാത്രം. തീർച്ചയായും ഷേക്സ്പിയർ നാടകത്തിലും മുഖ്യ കഥാപാത്രങ്ങൾ ഇവർ തന്നെയാണ്. ഏറ്റവും കുറച്ചു കഥാപാത്രങ്ങൾ മാത്രമുള്ള ഷേക്സ്പിയർ നാടകങ്ങളിലൊന്നാണ് *ഒഥല്ലോ* എന്ന കാര്യവും ഇവിടെ ഓർമ്മിക്കാം. മുഖ്യ കഥാപാത്രങ്ങളെ കൂടാതെ ശ്രദ്ധയാകർഷിക്കുന്ന മറ്റു കഥാപാത്രങ്ങളെക്കൂടി ചേർത്തു പറയുകയാണെങ്കിൽ *ഹാംലെറ്റിൽ* 12 ഉം, *കിങ്‌ലിയറിൽ* 11 ഉം, *മാക്ബത്തിൽ* 9 ഉം, *ആന്റണി ആന്റ് ക്ലിയോപാട്ര*യിൽ 11 ഉം കഥാപാത്രങ്ങളാണുള്ളത്. എന്നാൽ *ഒഥല്ലോ*യിൽ കേവലം 7 കഥാപാത്രങ്ങളേ പ്രാധാന്യത്തോടെ കടന്നുവരുന്നുള്ളൂ. (എല്ലാവരേയും കണക്കാക്കിയാൽ 13 പേർ)

മൂലനാടകത്തിലെ *ഒഥല്ലോ*യുടെ പ്രണയവും ദാമ്പത്യവും അതിന്റെ പരാജയവും മാത്രമാണ് *യമദൂതിൽ* വിഷയമാകുന്നത്. വെനീസിലും സൈപ്രസിലുമായി നടക്കുന്ന കഥയുടെ മറ്റു ഭാഗങ്ങളോ സൈനിക നീക്കങ്ങളോ അതേക്കുറിച്ചുള്ള പരാമർശങ്ങളോ ഇയാഗോയ്ക്ക് സ്ഥാനക്കയറ്റത്തിന്റെ കാര്യത്തിൽ കാസ്യോവിനോടും കാപ്പിരിയായ *ഒഥല്ലോ*യോടും തോന്നുന്ന അസൂയയോ ഒന്നും *യമദൂതിൽ* വിഷയമാവുന്നില്ല. അതേസമയം ലോകത്തുടനീളം പലേമട്ടിൽ അവതരിപ്പിക്കപ്പെട്ട *ഒഥല്ലോ* എന്ന നാടകത്തിന്റെ ഒരു തുടർച്ച എന്ന നിലയ്ക്ക് ഈ നാടകത്തിന്റെ പശ്ചാത്തലമായി അതെല്ലാം നിലനില്ക്കുന്നുണ്ട് എന്നു പറയാം.

വളരെ പ്രധാനപ്പെട്ട ഒരു വ്യതിരിക്തതയായി കാണാവുന്നത് *യമദൂതിൽ* മൂന്നു കാട്ടു പറവകളെ രംഗപ്രവേശം ചെയ്യിക്കുന്നു എന്നുള്ളതാണ്. നാടകത്തിലെ മൂന്നു കഥാപാത്രങ്ങൾക്കും നല്കിയ അതേ പ്രാധാന്യം ആ തിര്യക്കുകൾക്കും നാടകകൃത്ത് നല്കിയിട്ടുണ്ട്. മർത്ത്യനിലൂടെയും തിര്യക്കുകളിലൂടെയും പൂർണ്ണമാവുന്ന ഒരു നാടകമാക്കി *യമദൂതി*നെ രൂപപ്പെടുത്തിയിരിക്കുന്നു എന്നതാണ് പ്രധാനപ്പെട്ട സംഗതി. പക്ഷികൾ മരണത്തിന്റെ പ്രതീകമായി കടന്നുവരുന്നത് സാഹിത്യാസ്വാദകർക്ക് അത്ര അപരിചിതമായ കാര്യമല്ല. സാഹിത്യത്തിലും മനുഷ്യന്റെ വിശ്വാസവുമായി ബന്ധപ്പെട്ടും അത്തരം സങ്കല്പനങ്ങൾ നിലവിലുണ്ട്. 'കുത്തിച്ചുടാൻ' ആഹ്വാനംചെയ്യുന്ന കാലൻകോഴി എന്ന പക്ഷി കേരളീയരുടെ വിശ്വാസവുമായി അടുത്ത ബന്ധം പുലർത്തുന്നതിനാൽ എല്ലാവർക്കും സുപരിചിതമായ ഒന്നാണ്. 'രോമശൂന്യമാം നീണ്ട കഴുത്തും നീട്ടി ചാരെ കാത്തിരുന്നെന്നോ മൃത്യു' എന്ന സുഗതകുമാരിയുടെ വരികൾ ('രാജലക്ഷ്മിയോട്' എന്ന കവിത) കഴുകന്റെ രൂപം ആരുടെയും ഓർമ്മകളിലെത്തിക്കും. അപ്പോൾ ദുർമൃത്യുവിന്റെ സജീവ സാന്നിദ്ധ്യമായി എം എൻ വിനയകുമാർ തന്റെ നാടകത്തിൽ പക്ഷികളെ രംഗപ്രവേശം ചെയ്യിച്ചത് എന്തുകൊണ്ടും ഉചിതമായിട്ടുണ്ട് എന്നുതന്നെ പറയാം. നേരത്തെ സൂചിപ്പിച്ചതുപോലെ ഈ നാടകത്തെ ഷേക്സ്പിയർ

നാടകത്തിൽ നിന്നും വേറിട്ടുനിർത്തുന്ന മുഖ്യഘടകവും അതുതന്നെയാണല്ലോ. മൂന്നു മനുഷ്യകഥാപാത്രങ്ങളുടെമേൽ ഈ കാട്ടു പറവകൾ നടത്തുന്ന ഇടപെടലാണ് വ്യത്യസ്തമായ ഒരു തലം ഈ നാടകത്തിന് നല്കുന്നത്.

ഇതുപറയുമ്പോൾ ഷേക്സ്പിയറിന്റെ മറ്റൊരു നാടകം തീർച്ചയായും ആസ്വാദകരുടെ ഓർമ്മയിൽ എത്താതിരിക്കില്ല. ഷേക്സ്പിയറിന്റെ *മാക്ബത്ത്* എന്ന നാടകത്തിന്റെ ആരംഭത്തിൽതന്നെ പ്രത്യക്ഷപ്പെടുന്നത് മൂന്നു മന്ത്രവാദിനികളാണ്. ആ നാടകത്തിന്റെ ഗതിയെയും മുഖ്യകഥാപാത്രമായ മാക്ബെത്തിന്റെ വിധിയെയും സാരമായി സ്വാധീനിക്കാൻ ആ മന്ത്രവാദിനികൾക്കു കഴിയുന്നുമുണ്ട്. ഏതാണ്ട് സമാനമായ രീതിയിൽ തന്നെയാണ് *യമദൂതിൽ* കാട്ടുപറവകളുടെ ഇടപെടലും കടന്നുവരുന്നത്.

ഷേക്സ്പിയറുടെ നാടകത്തെ അവലംബിച്ച് വിനയകുമാർ ഈ കാലഘട്ടത്തിൽ ഒരു നാടകം നിർമ്മിക്കുമ്പോൾ ഓർമ്മിക്കാവുന്ന ഒരു കാര്യം വളരെക്കാലം മുമ്പുള്ള ഒരു കഥയെ ഉപജീവിച്ചാണ് ഷേക്സ്പിയറും തന്റെ നാടകം രൂപപ്പെടുത്തിയത് എന്ന വസ്തുതയാണ്. *ഒഥല്ലോ* എന്ന നാടകത്തിന്റെ ഇതിവൃത്തം, ഇറ്റാലിയനിൽ എഴുതപ്പെട്ടിട്ടുള്ള ജിറാൾഡി സിന്തിയോ (Giraldi Cinthio) യുടെ 'ഹെക്കറ്റോ മിതി' (കഥാശതകം) എന്ന പുസ്തകത്തിലെ ഒരു കഥയോട് കടപ്പെട്ടിരിക്കുന്നു എന്നത് പ്രസിദ്ധമായ സംഗതിയാണ്. വാക്കുകൾക്കും ശൈലികൾക്കും പ്രയോഗങ്ങൾക്കുപോലും രണ്ടിലും കാണുന്ന സാദൃശ്യം പലരും ചൂണ്ടിക്കാണിച്ചിട്ടുമുണ്ട്. അച്ഛനമ്മമാരുടെ ഇംഗിതത്തിനെതിരായി തന്നിഷ്ടപ്രകാരം വിവാഹത്തിനൊരുങ്ങുന്ന പെൺകുട്ടികൾക്കുള്ള ഗുണപാഠമായാണ് സിന്തിയോ കഥ എഴുതിയിട്ടുള്ളത്. അതിൽ ഡെസ്ഡിമോണ തന്നെ '..... and I greatly fear to become an example to children not to marry against the wishes of their parents' എന്നു പറയുന്നുണ്ട്.

വളരെയേറെ സാജാത്യങ്ങൾ ഉള്ളതുപോലെതന്നെ ഒരുപാട് വൈജാത്യങ്ങളും സിന്തിയോയുടെ കഥയ്ക്കും ഷേക്സ്പിയർ നാടകത്തിനും തമ്മിലുണ്ട്. സിന്തിയോയുടെ കഥയിൽ ഇയാഗോവിന് കാപ്പിരിയായ ഒഥല്ലോയോട് പ്രത്യേകിച്ച് വെറുപ്പൊന്നുമില്ല. ഡെസ്ഡിമോണയുടെ നേർക്ക് അയാൾക്കുണ്ടായിരുന്ന കാമാതുരമായ ആഗ്രഹവും അതു നടക്കാത്തതുമൂലമുണ്ടായ അസൂയയും വെറുപ്പുമാണ് ഇയാഗോവിനെക്കൊണ്ട് എല്ലാ ദുഷ്കൃത്യങ്ങളും ചെയ്യിക്കുന്നത്. ഒഥല്ലോയുടെ നാശത്തിനല്ല ഡെസ്ഡിമോണയുടെ അന്ത്യത്തിനാണ് കഥയിൽ പ്രാധാന്യം. മറ്റൊരു പ്രധാനപ്പെട്ട വ്യത്യസ്തതയായി പറയാനുള്ളത് ഡെസ്ഡിമോണയുടെ തൂവാല ഇയാഗോവിന് നല്കുന്നത് എമീലിയയല്ല എന്നുള്ളതാണ്. സ്വന്തം പുത്രിയായ മൂന്നു വയസ്സുകാരി വഴിയാണ് ഇയാഗോ അതു കരസ്ഥമാക്കുന്നത് - അതും തീർത്തും അവിചാരിതമായി. ഇയാഗോ

വിന്റെ വീട്ടിൽ സ്ഥിരം സന്ദർശകയായിരുന്ന ഡെസ്ഡിമോണയ്ക്ക് ഏറെ പ്രിയങ്കരിയായിരുന്നു ആ കുഞ്ഞ്. അങ്ങനെ യാദൃച്ഛികമായി ഒരിക്കൽ അവളിൽനിന്ന് കുഞ്ഞ് കൈക്കലാക്കിയ തൂവാലയാണ് ഇയാഗോവിന്റെയടുത്ത് എത്തിച്ചേരുന്നത്. ഷേക്സ്പിയർ നാടകത്തിൽ ഇയാഗോവിന്റെ ദുരുദ്ദേശ്യങ്ങളൊന്നും അറിയുന്നവളല്ല എമീലിയ; എന്നാൽ സിന്തിയോയുടെ കഥയിൽ എമീലിയ അതെല്ലാം അറിയാവുന്നവളാണ്. ഷേക്സ്പിയറുടെ നാടകത്തിൽ ഇയാഗോവിന്റെ കൂടെനിന്ന് പ്രധാന പങ്കുവഹിക്കുന്ന റോഡ്രിഗോ എന്ന കഥാപാത്രം സിന്തിയോയുടെ കഥയിലില്ല എന്നതും പ്രധാനപ്പെട്ട ഒരു വ്യത്യസ്തത തന്നെയാണ്. ഇത്തരം ചില വൈജാത്യങ്ങൾ ഒഴിച്ചാൽ അടിസ്ഥാനപരമായി സിന്തിയോയുടെ കഥയുമായി അതിനുള്ള സാദൃശ്യം പ്രത്യക്ഷമാണ്. ഉന്നതനായ ഒരു നാടകകൃത്ത് തന്റെ അനുഭവത്തിന്റെയും പ്രവർത്തനരംഗത്തെ പരിചയത്തിന്റെയും അറിവിന്റെയും ആഴങ്ങളിൽ നിന്നുകൊണ്ടു നടത്തിയ മാറ്റങ്ങളാണ് ജിറാൾഡി സിന്തിയോയുടെ കഥയിൽനിന്ന് ഷേക്സ്പിയറുടെ നാടകത്തിലേക്കെത്തുമ്പോൾ സംഭവിച്ചതെന്ന് ആർക്കും മനസ്സിലാക്കാനാകും.

വിനയകുമാർ തന്റെ നാടകം ആരംഭിക്കുന്നതുതന്നെ മരിച്ച മൂന്ന് വ്യക്തികളെ കാണിച്ചുകൊണ്ടാണ്. വാസ്തവത്തിൽ ഷേക്സ്പിയറുടെ *ഒഥല്ലോ* എന്ന നാടകത്തിൽ ഇയാഗോ മരിച്ചിട്ടില്ല. തീർച്ചയായും മരണം തന്നെയായിരിക്കും അയാൾക്ക് കിട്ടാൻപോകുന്ന കുറഞ്ഞ ശിക്ഷ എന്നുറപ്പിച്ചു പറയാമെങ്കിലും നാടകാന്ത്യത്തിലും അയാൾ ജീവനോടെ തന്നെ ഉണ്ട്. എന്നാൽ *യമദൂതി*ന്റെ ആരംഭം ഒഥല്ലോ, ഡെസ്ഡിമോണ, ഇയാഗോ എന്നീ മൂന്നു മരിച്ച കഥാപാത്രങ്ങളെ കാണിച്ചുകൊണ്ടാണ്. ആ ഒന്നാംരംഗത്തിൽ തന്നെ മരണത്തിന്റെ പ്രതിനിധികളായി മൂന്നു കാട്ടുപറവകളും കടന്നുവരുന്നു. പിന്നീട് പിറകോട്ടു സഞ്ചരിച്ചാണ് *യമദൂത്* തുടരുന്നത്. ഡെസ്ഡിമോണയുടെ പിതാവായ ബ്രബാന്റിയോയോട് ഒഥല്ലോ തന്റെ കഥ പറയുന്നതും അവൾ അത് ഒളിഞ്ഞുനിന്ന് കേൾക്കുന്നതും അയാളിൽ അനുരക്തയാകുന്നതുമെല്ലാം *യമദൂതി*ലും ഉണ്ട് - സൂചനകളിലൂടെ മാത്രമാണെങ്കിലും.

അടിസ്ഥാനപരമായി കഥാപാത്രങ്ങളുടെ സ്വഭാവങ്ങളിൽ മാറ്റങ്ങളൊന്നും വരുത്തിയിട്ടില്ല വിനയകുമാർ. ഒഥല്ലോ നിഷ്കളങ്കനും കരുത്തനായ പോരാളിയും തന്നെ. ഡെസ്ഡിമോണ സുന്ദരിയും സുശീലയും നിശ്ചയദാർഢ്യമുള്ളവളും ഭർത്താവിനെ അങ്ങേയറ്റം സ്നേഹിക്കുന്ന വിശ്വസ്തയും. ഇയാഗോ വെറുപ്പും അസൂയയുമുള്ളവനും അന്യരിൽ സംശയം ജനിപ്പിച്ച് സ്വന്തം ഇഷ്ടപ്രകാരം അവരെക്കൊണ്ട് തീരുമാനങ്ങളെടുപ്പിക്കുന്നതിൽ വിരുതനും. വിനയന്റെ നാടകത്തിൽ കാസ്യോ എന്ന കഥാപാത്രം ഇല്ലെങ്കിലും ഒഥല്ലോയെ സംശയാത്മാവാക്കി ഇയാഗോ മാറ്റുന്നത് കാസ്യോവും ഡെസ്ഡിമോണയും തമ്മിലുള്ള അവിഹിത ബന്ധത്തെക്കുറിച്ചുള്ള സ്വയം നിർമ്മിക്കുന്ന ചില സൂചനകൾ നല്കി

ക്കൊണ്ടാണ് എന്നുമാത്രമല്ല നാടകാവതരണത്തിൽ ഒഥല്ലോയുടെ ഭ്രാന്തമായ ചിന്തകൾക്കിടയ്ക്ക് ഡെസ്ഡിമോണക്കൊപ്പം കാസ്യോ പ്രത്യക്ഷപ്പെടുന്നുണ്ട്.

ഷേക്സ്പിയർ നാടകത്തിൽ ഇയാഗോ ഒഴിച്ചുള്ള കഥാപാത്രങ്ങളെല്ലാം നല്ലവരും ദുഷിച്ച സ്വഭാവമില്ലാത്തവരുമാണ്. എന്നാൽ എല്ലാവരും ഇയാഗോയെ വിശ്വസ്തനും സത്യസന്ധനുമായി കരുതി പെരുമാറുന്നു. ഒഥല്ലോയ്ക്കോ ഡെസ്ഡിമോണയ്ക്കോ കാസ്യോവിനോ ഇയാഗോവിനെക്കുറിച്ച് യാതൊരു സംശയവുമില്ല. റോഡ്രിഗോയെ പറഞ്ഞുപറ്റിച്ചാണ് സ്വന്തം ഇംഗിതത്തിനനുസരിച്ച് ഓരോ കാര്യത്തിലും ഇയാഗോ പ്രവർത്തിപ്പിക്കുന്നത്. എന്നുതന്നെയുമല്ല അയാളിൽനിന്ന് ധാരാളം പണവും ഇയാഗോ പിഴിഞ്ഞെടുക്കുന്നു. യമദൂതിൽ പ്രത്യക്ഷപ്പെടുന്നില്ലെങ്കിലും റോഡ്രിഗോ *ഒഥല്ലോ* എന്ന നാടകത്തിൽ പ്രധാനപ്പെട്ട കഥാപാത്രങ്ങളിലൊന്നാണ്. ഇയാഗോയുടെ ഭാര്യയായ എമീലിയ പോലും തന്റെ ഭർത്താവിന്റെ ദുഷ്സ്വഭാവത്തിലോ ദുഷ്ചെയ്തികളിലോ ഒരിക്കലും പങ്കുകാരിയാവുന്നില്ല. എന്നല്ല അവൾ നന്മയുള്ളവളും ഡെസ്ഡിമോണയോട് അങ്ങേയറ്റം കൂറുള്ളവളുമാണ്. *ഒഥല്ലോ* എന്ന നാടകത്തിൽ പലപ്രാവശ്യം ആവർത്തിച്ചാവശ്യപ്പെടുമ്പോൾ അവൾ ഡെസ്ഡിമോണയിൽ നിന്ന് ആ തൂവാല കരസ്ഥമാക്കി ഇയാഗോയ്ക്ക് കൊടുക്കുന്നുണ്ട്. എന്തിനാണ് ഇയാഗോയ്ക്ക് ആ തൂവാലയെന്ന് ചിന്തിക്കുകയോ സംശയിക്കുകയോ ചെയ്യുന്നില്ലെങ്കിലും അയാൾ അതുകൊണ്ട് അതിഭീകരമായ ഒരു കുതന്ത്രം ആസൂത്രണം ചെയ്യുമെന്ന് അവൾ വിചാരിച്ചിട്ടുണ്ടാവാനിടയില്ല. നേരത്തെ ചൂണ്ടിക്കാണിച്ചതുപോലെ ഒഥല്ലോയ്ക്കും ഡെസ്ഡിമോണയ്ക്കും കാസ്യോവിനും മറ്റെല്ലാവർക്കുമുള്ളതുപോലെ എമീലിയയും ഇയാഗോവിനെ വിശ്വസ്തനായിത്തന്നെ കരുതുന്നു. എന്നാൽ നാടകത്തിന്റെ പാരമ്യത്തിൽ, ഒഥല്ലോ തനിക്കു നല്കിയ തൂവാല ഡെസ്ഡിമോണ കാസ്യോവിനു നല്കി എന്നു പറഞ്ഞു തെറ്റിദ്ധരിപ്പിച്ചുകൊണ്ടാണ് *യമദൂതിൽ* (*ഒഥല്ലോ*യിലും) ഇയാഗോ ഒഥല്ലോയെ ഭ്രാന്തു പിടിപ്പിക്കുന്നത്. അങ്ങനെയാണ് ഡെസ്ഡിമോണയെ കൊന്നുകളയാൻ ഒഥല്ലോ തീരുമാനിക്കുന്നത്. ഇയാഗോവിൽ പൂർണ്ണവിശ്വാസമർപ്പിച്ച് വെറുമൊരു തൂവാലയുടെ തെളിവിൽ മാത്രം വിശ്വസിച്ച് ഒരു കൊലപാതകത്തിലെത്തിച്ചേരുന്ന കഥയുടെ അയുക്തികതയെപ്പറ്റി പലരും ചൂണ്ടിക്കാണിച്ചിട്ടുണ്ട്. സ്റ്റോപ്ഫോർഡ് എ ബ്രൂക്ക് തന്റെ *ഷേക്സ്പിയറുടെ പത്ത് നാടകങ്ങൾ* (*Ten More Plays of Shakespeare* - Stopford A Brooke) എന്ന പുസ്തകത്തിൽ ഇങ്ങനെ എഴുതിയിരിക്കുന്നു. The matter of handkerchief bristles with improbabilities and Othello - this temperate grave man - never looks into it, derives his wife by his violence about it into a lie and takes his only refuge in his hopeless trust in logo.'

ഒരുപക്ഷേ, ഇത്തരമൊരു അയുക്തികതയെ അല്ലെങ്കിൽ അസംഭാ

വ്യതയെയോ ആകസ്മികതയെയോ മറികടക്കാനായിട്ടായിരിക്കണം വിനയകുമാർ മൂന്നു കാട്ടുപറവകളെ നാടകത്തിൽ കൊണ്ടുവന്നത്. ആ പക്ഷികളെ വിശേഷിപ്പിക്കുന്നത് ഇങ്ങനെയാണ്. 'കാല മാനസപുത്രികൾ/ഭൂതമപ്പടിപറയുവോർ/കാട്ടുചോലയിൽ നനയുവോർ/വർത്തമാനം പറയുവോർ. അവർ കാലന്റെയും കാലത്തിന്റെയും പ്രതിരൂപങ്ങളോ അതിന്റെ ദൂതന്മാരോ ആണ് എന്ന് കരുതാം. നമ്മൾ വെറും പക്ഷികളല്ല, യമദൂതന്മാരായ കാട്ടുപക്ഷികൾ എന്ന് പക്ഷികളുടെ സംഭാഷണത്തിനിടെ പറയുന്നുമുണ്ട്. *യമദൂത്* എന്നാണ് നാടകത്തിന്റെ പേര് എന്നതും ഇതിലെ കാട്ടുപക്ഷികളുടെ പ്രാധാന്യത്തെതന്നെയാണ് കാണിക്കുന്നത്. എല്ലാറ്റിനും കാരണക്കാർ ഈ പക്ഷികളാണെന്ന് ധ്വനിപ്പിക്കുന്ന മട്ടിൽ. 'എല്ലാം ചെയ്തുവെച്ചിട്ട് ചിരിക്കുന്നു നമ്മൾ' എന്ന് പറവകളുടെ സംഭാഷണശകലങ്ങളിൽ കടന്നുവരുന്നുണ്ട്. അതേസമയം 'ശരിയും തെറ്റും തീരുമാനിക്കാനുള്ള അധികാരം' അവർക്കില്ലെന്നും അതിൽ സൂചിപ്പിക്കപ്പെടുന്നു. അധികാരവും കൊതിയും വെറുപ്പുമില്ലാത്തവരാണ് ഈ പക്ഷികൾ. അവർക്കും നേരിട്ടൊന്നും തീരുമാനിക്കാൻ പറ്റുന്നില്ലെന്നും നിയമാനുസാരികൾ മാത്രമാണവരെന്നുമാണ് നമുക്ക് മനസ്സിലാക്കാൻ കഴിയുന്നത്. അതായത് പ്രപഞ്ചനിയതിയുടെ ഭാഗമായ ചില ഉപകരണങ്ങൾ മാത്രമാണ് ആ പറവകളും എന്ന് അനുമാനിക്കേണ്ടിയിരിക്കുന്നു.

മാക്ബെത്ത് എന്ന ഷേക്സ്പിയർ നാടകത്തിൽ അധീശത്വം പുലർത്തുന്ന ഘടകം വിധിയാണ്. എന്നാൽ *ഒഥല്ലോ*യിൽ അത് ആകസ്മികതയോ അല്ലെങ്കിൽ അയുക്തികതയോ ആണ്. മനുഷ്യജീവിതത്തിന്റെ മദ്ധ്യത്തിലേക്ക് അന്ധവും ബധിരവുമായ ആകസ്മികതയെ കടത്തിവിടുകയാണ് ഷേക്സ്പിയർ *ഒഥല്ലോ*യിൽ ചെയ്യുന്നത്. ഈ നാടകത്തിന്റെ സങ്കല്പനം, ചലനങ്ങൾ അതിലെ സംഭവവികാസങ്ങൾ, നാടകാന്തത്തിലുള്ള ദാരുണാന്ത്യം എല്ലാംതന്നെ അയുക്തികത കൊണ്ടാണ് സൃഷ്ടിക്കപ്പെട്ടിട്ടുള്ളത്. *ഒഥല്ലോ* എന്ന നാടകത്തിന്റെ ഏതുതരത്തിലുള്ള പുനരാവിഷ്കാരത്തിലും ഈ അയുക്തികതയും ആകസ്മികതയും കടന്നു വരാതിരിക്കുകയില്ല. അത് *യമദൂതി*ലുമുണ്ട്. ഈ ഒരു പ്രതിസന്ധിയെയാണ് വിനയകുമാർ കാട്ടുപറവകളെ അവതരിപ്പിച്ചുകൊണ്ട് തന്റെ നാടകത്തിൽ മറികടക്കാൻ ശ്രമിക്കുന്നത്. ഒരു പരിധിവരെ അദ്ദേഹത്തിന് അതിന് സാധിക്കുകയും ചെയ്യുന്നു. എന്നാൽ *യമദൂതിൽ* താൻ കൊണ്ടുവന്ന മാറ്റം തെറ്റിദ്ധരിക്കപ്പെടാതിരിക്കാൻ ആമുഖത്തിൽ അദ്ദേഹം ഇങ്ങനെ എഴുതിച്ചേർത്തിട്ടുണ്ട്:

> ഞാനാണ് കേന്ദ്രബിന്ദു എന്ന താല്പര്യത്തെ അട്ടിമറിക്കുന്നതിനാണ് നമുക്കുമേൽ മൂന്നുപക്ഷികളുടെ നിയന്ത്രണം കൊണ്ടുവന്നത്. പക്ഷേ, ആ പക്ഷികൾക്കും സമ്പൂർണ്ണ നിയന്ത്രണത്തിനധികാരമില്ലെന്ന് അവർ തന്നെ പറയുന്നുണ്ട്. പകരംവെക്കാൻ

ദൈവം എന്നല്ല വിവക്ഷയെന്ന് ഞാൻ ഉറപ്പിച്ചുപറയുന്നു. പക്ഷി
കളും പാട്ടും പ്രകൃതിയുമെല്ലാം പരസ്പരം നിയന്ത്രിക്കുന്നിടത്ത്
അർഹിക്കുന്നതിലും കൂടുതൽ പങ്ക് മനുഷ്യൻ ആവശ്യപ്പെടരുത്
എന്നേയുള്ളൂ. ഓരോരുത്തരും ദൈവമാവുകയും ഓരോരുത്തരും
പിശാചാവുകയും ചെയ്യുന്നതുതന്നെയാണ് പ്രശ്നം. അങ്ങ
നെയൊരു സാദ്ധ്യതയെ മറികടക്കാൻ കഴിയണം.

"അപരിഹരണീയ വിധിയന്ത്രത്തിരിപ്പി"ലകപ്പെട്ട നളനെക്കുറിച്ചെഴു
തിയ ഉണ്ണായിവാര്യരുടെ ജീവിതചരിതമായിരുന്നു വിനയകുമാറിന്റെ
ആദ്യനാടകമായ *മറിമാൻകണ്ണി*യുടെ ഇതിവൃത്തം. എന്നാൽ *യമദൂതി*ൽ
അങ്ങനെയൊന്നല്ല, വ്യാപകമായ അർത്ഥത്തിൽ പരസ്പരം സ്വാധീനി
ക്കുന്ന പ്രകൃതിയാണ് മുഖ്യഘടകം എന്നാണ് വിനയകുമാർ ആമുഖ
ത്തിൽ സൂചിപ്പിച്ചിട്ടുള്ളത്.

വിനയകുമാറിന്റെ *യമദൂത്* അതിന്റെ പാഠത്തെ കവിഞ്ഞുനില്ക്കു
ന്നുണ്ട് അരങ്ങിൽ. വിനയകുമാറിന്റെ മകൻ അഭിമന്യു സംവിധാനം
ചെയ്ത് രംഗത്തവതരിപ്പിക്കുന്ന നാടകത്തിന്റെ ആഴത്തിലുടനീളം ഷേക്
സ്പിയറിന്റെ *ഒഥല്ലോ*യുടെ വ്യത്യസ്ത പാഠങ്ങളെല്ലാം ശക്തമായ അടി
യൊഴുക്കായി നിലനില്ക്കുന്നതാവാം അതിനു കാരണം. അങ്ങനെ
ഷേക്സ്പിയറിന്റെ അദൃശ്യമായ ഒരു സാന്നിദ്ധ്യം കൊണ്ടുകൂടി അനു
ഗ്രഹിക്കപ്പെട്ടിരിക്കുന്നു ഈ നാടകം.

അനുബന്ധം

Yamadoothu Performance Log

1. 15th Bharat Rang Mahotsav - 2013, New Delhi
2. 5th International Theatre Festival of Kerala - 2013, Thrissur
3. National Theatre Festival of Kerala (PRD), Kannur
4. National Institute of Fashion Technology, - 2012, Hyderabad
5. Kerala Sangeetha Nataka Akademy, Natyagruham, Thrissur - 2012

Marimankanni

1. Kerala Sahitya Akademy Award - Best Play - M N Vinayakumar, 2013
2. 14th Bharat Rang Mahotsav - 2012, New Delhi
3. Ashirwad Rang Mahotsav - 2011, Bihar
4. K T Muhammed Smaraka Regional Theatre, Kerala Sangeetha Nataka Akademy, Thrissur - 2010
5. Kerala Kalamandalam, Cheruthuruthi, 2011

Ingram Content Group UK Ltd.
Milton Keynes UK
UKHW010619220323
418971UK00004B/504

9 789387 842168